AF756196

പെയ്തൊഴിയുമ്പോൾ

Peythozhiyumbol
Poems

P Sreekala

CHINTHA PUBLISHERS
Thiruvananthapuram

First Edition
October 2022

Published
Chintha Publishers, Thiruvananthapuram

Printed at
Akshara Offset, Thiruvananthapuram

Cover Design
Vinod Mangoes

ISBN : 978-93-94753-46-4

CO - 3198 / 6229

Email: chinthapublishers@gmail.com
Website: www.chinthapublishers.com

A version is available at National Libraries
Kolkata, Mumbai, Chennai and Delhi

Distribution
DESHABHIMANI BOOKHOUSE
H O Thiruvananthapuram 695035

Branch
Head Office Kunnukuzhi • Statue Thiruvananthapuram
KSRTC Bus Terminal Thampanoor • Saphalyam Complex Thiruvananthapuram
KSRTC Bus Station Alappuzha • KSRTC Bus Station Ernakulam
Machingal Lane Thrissur • IG Road Kozhikode
Mavoor Road Kozhikode • NGO Union Building Kannur
Central Bus Terminal Complex Thavakkara Kannur

പെയ്തൊഴിയുമ്പോൾ

പി ശ്രീകല

ചിന്ത പബ്ലിഷേഴ്സ്
തിരുവനന്തപുരം-695 035
വില: ₹ 140

പി ശ്രീകല

അദ്ധ്യാപക പ്രസ്ഥാനത്തിന്റെ ആദ്യകാല പ്രവർത്തകരിൽ ഒരാളായ ശ്രീ. പുറയത്ത് ഗോപിയുടെയും സീതാലക്ഷ്മി ടീച്ചറുടെയും മകൾ. നിയമസഭാ മുൻ സാമാജികൻ ശ്രീരാമകൃഷ്ണൻ, ഷാർജ മാസ്സ് സാഹിത്യവേദി കൺ വീനർ ശ്രീപ്രകാശ് എന്നിവർ സഹോദരങ്ങൾ. ഭർത്താവ് പ്രേംകുമാർ, മക്കൾ ആർദ്രയും ദയയും.

2019–2020 ൽ ദുബായിലെ 'ഓർമ്മ' സാംസ്കാരിക സംഘടന വൈസ് പ്രസിഡന്റ്. ലോക കേരളസഭ പ്രത്യേക ക്ഷണി താവ്. മലയാളം മിഷൻ ദുബായ് മേഖലാ കൺവീനർ. നോർക്ക പ്രൈവറ്റ് ഹെൽപ്പ് ഡെസ്ക് വോളന്റിയർ.

ആനുകാലികങ്ങളിലും പ്രവാസി പ്രസിദ്ധീകരണങ്ങളിലും എഴുതാറുണ്ട്. അഭിമുഖങ്ങൾ, യാത്രാവിവരണങ്ങൾ, കവിത കൾ, കഥകൾ തുടങ്ങിയവ പ്രസിദ്ധീകരിച്ചിട്ടുണ്ട്. 2019 ൽ പുറത്തിറങ്ങിയ *മറക്കാൻ മറന്നത്* (എഴുത്തുകാരികളുടെ ഓർമ്മപ്പെയ്ത്ത്), *ഒറ്റയിതൾ വസന്തം* (അറബ് കഥകളുടെ തർജ്ജമ) എന്നിവയിൽ ഭാഗമായിരുന്നു.

ആദ്യ പുസ്തകം *ഈ ചില്ലയിൽ നിന്ന് കൗമാരത്തിലേക്ക് പറക്കാം.*

ഇംഗ്ലീഷ് സാഹിത്യത്തിൽ ബിരുദം, അദ്ധ്യാപക ബിരുദം (ഒറ്റപ്പാലം NSS കോളേജ്/NSS ട്രെയിനിങ് കോളേജ്).

ജോലി : Asst Manager - Internal Sales and Customer Service, Emirates Shipping Line, Dubai.

വിലാസം : മിഥില
അരുൺ നഗർ
പട്ടാമ്പി റോഡ്
പെരിന്തൽമണ്ണ.
E-mail : dxb.sreekala@gmail.com

ഉള്ളടക്കം

പ്രസാധകക്കുറിപ്പ്

സങ്കീർണ്ണമായ ലോകത്തിലെ അതിസങ്കീർണ്ണമായ മനുഷ്യാനുഭവങ്ങളെയാണ് ഓരോരോ കവിതയും കവിയും അടയാളപ്പെടുത്തിവയ്ക്കുന്നത്. അതുകൊണ്ടുതന്നെ കവിത കാലത്തോടുള്ള പ്രതിഷേധങ്ങളെ ഉൾച്ചേർക്കുന്നു. പ്രണയം/ലൈംഗികത/സ്ത്രീ പുരുഷ ബന്ധങ്ങൾ/സാമൂഹ്യ ബന്ധങ്ങൾ/പ്രകൃതി/ജീവലോകം എന്നിങ്ങനെ ബഹുമുഖമായ ഇടങ്ങളെയാണ് ശ്രീകലയുടെ *പെയ്തൊഴിയുമ്പോൾ* വിശകലനം ചെയ്യുന്നത്. സങ്കീർണ്ണമായ വിഷയങ്ങളെ അയത്നലളിതമായി ചിരപരിചിതമായ ബിംബങ്ങളുപയോഗിച്ച് ആവിഷ്കരിക്കുന്നുവെന്നതാണ് ഈ സമാഹാരത്തിന്റെ പ്രത്യേകത. പരമ്പരാഗത കാവ്യശീലങ്ങളിൽ നിന്നും ബോധപൂർവ്വമായി വേറിട്ടു നില്ക്കുന്ന ഇതിലെ കവിതകൾ ഇന്നോളം അവസാനിക്കാത്ത പ്രതീക്ഷകളുടെ നവലോകത്തെയാണ് അനാവരണം ചെയ്യുന്നത്. വേറിട്ടൊരു വായനാനുഭവം പ്രദാനം ചെയ്യുന്ന *പെയ്തൊഴിയുമ്പോൾ* കാവ്യാസ്വാദകർക്കായി സമർപ്പിക്കുന്നു

ചിന്ത പബ്ലിഷേഴ്സ്

നന്ദി

ഒരു മുൻ പരിചയവും ഇല്ലാത്ത എന്റെ കവിതകൾ തിരുത്താനും ശരിയായ വഴിക്ക് നയിക്കാനും സന്മനസ്സ് കാണിച്ച രാജേഷ് ചിറപ്പാടിന്!
ഒരു പുതു എഴുത്തുകാരിക്ക് വേണ്ടി വഴിവെട്ടാൻ ഏറെ പ്രയത്നിച്ച പ്രിയപ്പെട്ട വി എസ് ബിന്ദു ടീച്ചർക്ക്!
തിരക്കുകൾക്കിടയിലും കവിതകൾ വായിച്ചു കുറിപ്പുകൾ എഴുതിത്തന്ന കുരീപ്പുഴ സാറിന്, മ്യൂസ് മേരി ടീച്ചർക്ക്, പ്രിയ കവി മുരുകൻ കാട്ടാക്കടയ്ക്ക്...
പുസ്തകത്തിന്റെ കെട്ടും മട്ടും കവർ പേജും സൗന്ദര്യവും സൃഷ്ടിച്ചെടുത്തവർക്ക്!
ചിന്ത പബ്ലിഷേഴ്സിലെ പ്രിയ സഖാക്കൾക്ക്!
ഈ വരികൾ വായിക്കാൻ സന്മനസ്സ് കാണിച്ച ഓരോ വായനക്കാരനും...

സമർപ്പണം

ആദരപൂർവ്വം ഞാൻ ശിരസ്സേറ്റുന്ന പ്രിയപ്പെട്ട അദ്ധ്യാപകർക്ക്!
സ്നേഹം നിറഞ്ഞ അമ്മയ്ക്കും ദേവിയമ്മയ്ക്കും
ആദ്യപുസ്തകത്തെ നെഞ്ചേറ്റിയ, എന്നാൽ രണ്ടാമത്തെ
പുസ്തകം വെളിച്ചം കാണുമ്പോഴേക്ക് കൂടെ ഇല്ലാതെ പോയ മൂന്ന്
ആത്മാക്കൾക്ക് (ബോസേട്ടൻ, മാധവേട്ടൻ, അറ്റ്ലസ് രാമചന്ദ്രൻസാർ)
അവസാന ശ്വാസം നിലയ്ക്കും മുൻപ് ചെയ്തുതീർക്കാൻ
എന്തെങ്കിലുമൊക്കെ ഉണ്ടെന്ന് ഇടയ്ക്കിടെ ഓർമ്മിപ്പിച്ച
ഏറെ പ്രിയപ്പെട്ട കൂട്ടുകാർക്ക്,...
എന്നെ ഞാനാക്കിയ, ഞാൻ സ്നേഹിക്കുന്ന,
ഉപാധികൾ ഇല്ലാതെ എന്നെ സ്നേഹിക്കുന്ന,
എല്ലാ പ്രിയപ്പെട്ടവർക്കും...

ആമുഖം

വെയിലുറഞ്ഞ മണ്ണിടങ്ങളിൽ വഴിതെറ്റി വന്ന ഉറവകൾ

തെരുവിൽ കലാപം നടക്കുമ്പോൾ എഴുത്തുകാരന് പുറത്തിറങ്ങി കല്ലെടുത്തെറിയാൻ കഴിയില്ല പകരം അയാൾ അക്ഷരങ്ങൾകൊണ്ട് കലാപത്തെ ചെറുക്കും എന്ന് പറഞ്ഞത് മലയാളത്തിന്റെ പ്രിയ എഴുത്തുകാരൻ എൻ എസ് മാധവൻ ആണ്. അയൽഗ്രാമം കത്തിയെരിയുമ്പോൾ നിശ്ശബ്ദമായിരിക്കുന്നത് പാപമാണെന്നറിഞ്ഞിട്ടും ഇരുട്ടിൽ ഒളിച്ച ഭീരുവാണ് ഞാൻ. എന്നിട്ടും അക്ഷരങ്ങൾ എന്തിനെന്നറിയില്ല ചിലപ്പോഴൊക്കെ എന്നെ തേടിവന്നു. അവർക്ക് ചെന്നിരിക്കാൻ ആദരണീയമായ സഭകളും സിംഹാസനങ്ങളും ഉണ്ടായിരുന്നിട്ടും അവർ അലിവോടെ എന്റെ വിരൽത്തുമ്പിലും ഔദാര്യത്തിന്റെ ചെറുതരികൾ ഇറ്റിച്ചു.

അവർ പറഞ്ഞത് പകർത്തിവെക്കുക മാത്രമാണ് ഞാൻ ചെയ്തത്. എഴുതി തീർന്നപ്പോൾ എന്താണ് എഴുതിയതെന്ന് ആരെങ്കിലും ചോദിച്ചാൽ ഞാൻ അന്തിച്ചു നിന്നു. അതിൽ ഇത്തരം മാറ്റങ്ങൾ വരുത്തിക്കൂടേ എന്നു ചോദിക്കുമ്പോൾ വിഷണ്ണയായി.

കാരണം,

അവ തിരുത്തുവാൻ എനിക്ക് അറിയില്ലായിരുന്നു.

കാരണം,

അവ എന്റേതല്ലായിരുന്നു...

തേടി വന്നിട്ടും എന്റെ അശ്രദ്ധകൊണ്ട് നഷ്ടപ്പെട്ടവയുണ്ട്, അഹങ്കാരംകൊണ്ട് പിണങ്ങിപ്പോയവയും ...

എവിടെയൊക്കെയോ ചിതറിക്കിടന്ന കുറെ തോന്ന്യാക്ഷരങ്ങൾ ചേർത്തുവെക്കുന്നു. അവയെ കവിതകൾ എന്ന് പറയാൻ കാണിച്ച ധാർഷ്ട്യത്തെ സദയം ക്ഷമിച്ച് അനുഗ്രഹിക്കണമെന്നു അപേക്ഷിക്കുന്നു.

പി ശ്രീകല

പ്രതീക്ഷയുടെയും പ്രണയത്തിന്റെയും തണൽ

മുരുകൻ കാട്ടാക്കട

കവിത പലതും ആയിരിക്കുന്നതിനൊപ്പം അത് കാലത്തിനോടുള്ള കലഹം കൂടെയാണ്. ആന്തരികവും ബാഹ്യവുമായി താൻ അനുഭവിക്കുന്ന പരിസരം തനിക്കുണ്ടാക്കുന്ന അസ്വസ്ഥതകൾ കവിയെ പ്രകോപിപ്പിക്കുമ്പോഴാകണം കവിത പിറക്കുന്നത്. ഒരിക്കലും ഒരു കവി മറ്റൊരു കവിയുടെ കവിതകളുടെ വിലയിരുത്തൽകാരൻ ആകരുത്. ശരാശരി ആസ്വാദകൻ എന്ന നിലയ്ക്കുള്ള വായനയാണ് കവി ശ്രീകലയുടെ കവിതകളിൽ ഞാൻ നടത്തിയത്. മഴ മണ്ണടരിന്റെ തിരകളിൽ ഉള്ളതെല്ലാം തട്ടിത്തെറിപ്പിച്ച് കടന്നുപോയ ഒരു കാലത്തിന്റെ ഭീതിക്കണ്ണുകളാകുന്നു പലപ്പോഴും ശ്രീകലയുടെ കവിതകൾ. എല്ലാ കവിതകളെയും തുല്യപ്പെടുത്തുന്ന സ്വതന്ത്രവും വേറിട്ടതുമായ ഒരു രചനാശൈലി ആസ്വാദന വഴിയിലുടനീളം കണ്ടെത്താം നമുക്ക് ഈ വരികളിൽ. തകർത്തു പെയ്യുന്ന കണ്ണീർ ഒട്ടുമേ തടുക്കാതെ കടത്തിവിടുന്ന, മിന്നൽ പിളർന്ന വീടിന്റെ മേൽക്കൂര പോലുള്ള പ്രണയം! ഗംഭീരമാണാ സങ്കല്പം. പെണ്ണിന്റെ ഹൃദയത്തിലൂടെ നിഗൂഢമായി നീണ്ടുകിടക്കുന്ന ഊടുവഴിയിലൂടെ കരുതലിന്റെ കുടമരച്ചാർത്തായി ഒരാൾ കാത്തുനില്ക്കുന്നതും സ്വപ്നം കണ്ടുകൊണ്ടുള്ള യാത്ര - പ്രതീക്ഷയുടെയും പ്രണയത്തിന്റെയും തണൽ - ആസ്വാദനത്തിന്റെ കുളിരു തരുന്നുണ്ട് ആ യാത്ര. അകത്ത് ധ്യാനനിരതവും പുറത്ത് തുറന്നുവച്ചതുമായ ഒരു കണ്ണ് - അതാണ് ശ്രീകലയുടെ കവിതകൾ.

വിവേകപൂർണ്ണമായ ജീവിതാഖ്യാനങ്ങൾ

ഡോ. മ്യൂസ് മേരി ജോർജ്ജ്

കവിത കൂടുതൽ തത്ത്വചിന്താപരവും ചരിത്രത്തേക്കാൾ പ്രധാനപ്പെട്ടതുമാണെന്ന് അരിസ്റ്റോട്ടിൽ പറയുന്നുണ്ട്. വളരെ പഴയ ഈ കവിതാനിർവ്വചനത്തിൽ കവിതയുടെ ആപേക്ഷിക പ്രാമാണ്യത്തെയും പ്രകൃതത്തെയും സൂചിപ്പിക്കാൻ ശ്രമിക്കുന്നുണ്ട്. കവിതയുടെ പദഘടനയും ശില്പവും പ്രധാനപ്പെട്ടതായിരിക്കുമ്പോൾത്തന്നെ അതിന്റെ ഉള്ളടക്കത്തിന്റെ ഘടനയും വായനയുടെ ഇടത്തിൽ അവഗണിക്കാവതല്ല. ശ്രീകലയുടെ *പെയ്തൊഴിയുമ്പോൾ* എന്ന സമാഹാരവും ചരിത്രത്തിന്റെ – സമകാലികതയുടെ – തത്ത്വവിചാരത്തിന്റെയൊക്കെ ഘടകങ്ങളെ വായനക്കാരോടു വിനിമയം ചെയ്യുന്നുണ്ട്.

സമകാലികമായ ഏതുതരം അനുഭവാഘാതങ്ങളെയും അതിജീവിച്ചു നില്ക്കുന്ന ജീവിതമാണ് കവിതയുടെ കരുത്ത്.

"വില്ലുപോലെ വളഞ്ഞ്
മുഖം കനപ്പിച്ചു മുരണ്ട്
തിരിഞ്ഞുനിന്ന് ഉടലുവെട്ടിച്ച്
അവൾ പതിയെ പടിയിറങ്ങി" (പൂച്ച)

പൂച്ചയെക്കുറിച്ചാണ് കവിതയെങ്കിലും ഈ പൂച്ച വെറുമൊരു പൂച്ചയല്ലെന്ന് വ്യക്തം. ജുഗുപ്സ മാത്രം പകരുന്ന നിരവധി സാന്നിദ്ധ്യങ്ങളെ നിരാകരിച്ചു പടിയിറങ്ങുന്ന പൂച്ച നിരാകരിക്കുന്നത് കാമത്തിന്റെ

നീട്ടിയ നാവുകളെയും ഉച്ഛിഷ്ടത്തിലൊളിഞ്ഞിരിക്കുന്ന വെറുപ്പിനെയുമാണ്. ഈ കവിതയിലെ പൂച്ചജീവിതത്തിൽ പെൺജീവിതത്തിന്റെ ചില സാമാന്യാനുഭവങ്ങളുണ്ട്. അതിനെയൊക്കെ ശരീരഭാഷകൊണ്ടു നിരസിക്കുന്ന പൂച്ചത്തവും സ്വാതന്ത്ര്യത്തിലേക്കു ചുവടുവയ്ക്കുന്ന സ്ത്രീത്വവും പര്യായ സ്വഭാവത്തിലാണ് കവിതയിൽ നിലനില്ക്കുന്നത്.

പ്രണയത്തിന്റെ വേവും വേദനയും നിറവും നിരാസവുമൊക്കെ തിരിച്ചറിയുന്ന പ്രണയിനിയുടെ ചലനങ്ങളും ചിറകൊതുക്കലുകളും പല കവിതകളിലുമുണ്ട്. 'പെയ്തൊഴിയുമ്പോൾ,' 'ഒറ്റ,' 'പ്രണയത്തിന്റെ നിറം,' 'പാപിയായ പ്രണയിതാവിന്റെ ആത്മഹത്യാക്കുറിപ്പ്' തുടങ്ങിയ കവിതകളിലെല്ലാം പ്രണയിയുടെ രൂപഭേദങ്ങൾ കാണാം.

"മിന്നലിൽ പിളർന്ന വീടിന്റെ
മേല്ക്കൂര പോലെയാണ് ചില പ്രണയങ്ങൾ
തകർത്തു പെയ്യുന്ന കണ്ണീർ
ഒട്ടുമേ തടുക്കാതെ കടത്തിവിടും." (പെയ്തൊഴിയുമ്പോൾ)

"പ്രണയം നഷ്ടമായ മോതിരവിരലിൽനിന്ന്
ഒരു നാൾ നീ ഊർന്നു പോകുമ്പോൾ
ശരീരംകൊണ്ടു പ്രണയിച്ചതിനെ
ആത്മാവെന്നോർത്തു ധരിച്ചതോർത്ത്
നെഞ്ചു പിളർന്നു നീറിപ്പുകഞ്ഞു" (ഒറ്റ)

"മണ്ണിനടിയിൽ പ്രണയിച്ചു
മുളപൊട്ടാതെ പോയ വേരുകളുടെ
കരയിൽ കാൽച്ചുവട്ടിൽ ഊർന്നുപോയ മണ്ണിന്റെ
കത്തിത്തീർന്ന മെഴുതിരിയുടെ
തകർന്ന മൺകുടത്തിന്റെ
ശൂന്യ നിറം" (പ്രണയത്തിന്റെ നിറം)

ഇരുളടഞ്ഞ ജീവിതം സൗന്ദര്യത്തോടെ നിലനില്ക്കുന്നത് പലതരം ബന്ധ വിനിമയങ്ങളുടെ സർഗ്ഗാത്മകതയിലാണ്. വേർപാടിന്റെ വേളയിൽ ദിശ കാണാതെ കിതച്ചും ക്ഷോഭിച്ചും ഒരു മാത്ര സ്വയമുരുകിയും നില്ക്കുന്നവ, അടയാളങ്ങൾ ഒന്നും ബാക്കി വയ്ക്കാതെ വന്നപോലെ തിരിച്ചിറങ്ങിപ്പോകുന്നവ എന്നിങ്ങനെ സ്നേഹത്തിന്റെ എത്ര തരം ബന്ധാവേഗങ്ങളാണ് ജീവിതത്തിൽ മുറുകിയും പൊട്ടിയും നില്ക്കുന്നത്. ഇവയെ തിരിച്ചറിയുന്ന പല കവിതകളും ഈ സമാഹാരത്തിലുണ്ട്.

പ്രവാസ ജീവിതത്തിന്റെ ആന്തരിക ക്ഷോഭങ്ങളും ഉപരി തലത്തിലെ ആഹ്ലാദങ്ങളും ആഴപ്പെട്ട തകർച്ചകളും കാണുന്നതിനൊപ്പം ആളനക്കമില്ലാതായിപ്പോകുന്ന വീടുകളിലെ വിഹ്വലതകളും അനാഥത്വവും ശൂന്യതയും തിരിച്ചറിയുന്ന കാവ്യചക്ഷുസ്സ് ഈ കവിതയിൽ കാഴ്ചയുടെ സജീവത നിർമ്മിക്കുന്നു.

ക്ലാസിക്കൽ കാവ്യാഭ്യസനപരമായ പല ഘടകങ്ങളും കവിതയിൽ വന്നു പോകുന്നുണ്ട്. ബോധിവൃക്ഷവും ബുദ്ധനും കൽക്കിയും ഭൂവിന്റെ ഗർഭപാത്രം തുറന്നു കടന്നുപോയ സീതയും പുതിയ കാലത്തിന്റെയും സമകാലികജീവിതത്തിന്റെയും സമസ്യകളെ പൂരിപ്പിക്കാൻ ശ്രമിക്കുമ്പോഴൊക്കെ കവിതയിൽ ഉപയോഗിക്കുന്നതായി കാണാം. ഗന്ധക മഴയും പാപിയും തൂണുമൊക്കെ വേദ പുസ്തകത്തിൽ നിന്നു പടിയിറങ്ങിവന്നു കവിതയുടെ ആ കക്കാതലിന്റെ ഭാഗമായി മാറുന്നു.

പാർവതീ പുത്തനാറിൽ അപകടമരണം സംഭവിച്ച കുഞ്ഞുങ്ങളും വാളയാറിൽ ആത്മഹത്യ ചെയ്ത/കൊല്ലപ്പെട്ട/മരിച്ച കുഞ്ഞുങ്ങളും കവിതയുടെ പ്രാണ ഞരമ്പായ് പിടഞ്ഞു നില്ക്കുന്നതറിയുമ്പോൾ നെഞ്ചുവിങ്ങുന്ന മനുഷ്യസ്നേഹിയായി കവിത വിങ്ങുന്നത് നമുക്കും തിരിച്ചറിയാനാകുന്നു. 'ആത്മഹത്യയ്ക്കും കൊലയ്ക്കും ഇടയിൽ നെട്ടോട്ടം ഓടി ക്ഷീണിച്ച ഒരു കുഞ്ഞുടുപ്പ് തൊടിയിലെ വരിക്ക പ്ലാവിന്റെ ചുവട്ടിൽ തളർന്നിരുന്നു' എന്ന വരികളിൽ കനച്ചുനില്ക്കുന്ന വാക്കുകൾ നിശ്ശബ്ദതയുടെയും ക്രൂരതയുടെയും കൽച്ചുമരുകളിൽ തറഞ്ഞു നില്ക്കുന്നവയാണ്.

പ്രണയശിഷ്ടം പോലെ നിസ്സംഗരായി ഒരേ കിടക്കയിൽ നിരന്തരം ശയിക്കുന്ന ശരീരങ്ങളിൽ നിന്നു കുടിയിറങ്ങിപ്പോയിരിക്കുന്ന പ്രണയത്തെ എഴുതുമ്പോൾ 'മരണമാപിനി' എന്നാണ് തലക്കെട്ടു നല്കിയിരുന്നത്.

"അങ്ങനെ മരിക്കാത്ത രണ്ടു മനുഷ്യർ
ശവപ്പെട്ടിക്കകത്തെന്ന പോലെ
ശ്വാസം കിട്ടാതെ പിടഞ്ഞ്
മരിച്ചെന്നു വിചാരിച്ച്
മരണം കാത്തു കിടക്കും." (മരണമാപിനി)

പരസ്പരം ഉപേക്ഷിക്കലിന്റെ ഗാഢതയ്ക്കും അനുസ്യൂതിക്കും ഇടയിൽ ചടങ്ങായി മാറുന്ന സഹശയനത്തെ ഇതിലപ്പുറം എങ്ങനെ ചിത്രീകരിക്കാനാണെന്നു തോന്നിപ്പോകുന്നു.

ഓരോ തലമുറയുടെയും സ്വഭാവം കാലഹരണപ്പെട്ടതായി കരുതുന്ന സാമൂഹ്യപാഠത്തെ വിമർശാത്മകമായി നോക്കിക്കാണുകയാണ് 'വിളക്കുമരത്തിന്റെ കഥ' പറയുന്നതിലൂടെ സംഭവിക്കുന്നത്.

"പിറ്റേന്നു സന്ധ്യക്ക്
വൈദ്യുതി വിളക്കിനു രാജാവ് കല്ലിടുമ്പോൾ
വയസ്സൻ വിളക്കുമരം നിന്ന കുഴിയിൽ
കാറ്റിന്റെ രണ്ടു തുള്ളി കണ്ണുനീർ ഇറ്റുവീണു."

മനുഷ്യരുടെ നിസ്സംഗതയുടെ മുന്നിൽ കണ്ണീർപൊടിയുന്ന കവിതയെ നമ്മൾ അറിയുന്നു.

വീടു വിട്ടിറങ്ങിപ്പോകുന്നവരും മരണം കൊതിക്കുന്നവരുമായ സ്ത്രീകളെ കവിതയിൽ പലയിടത്തും കാണുന്നു. പ്രണയവും മാതൃത്വവും അക്ഷരങ്ങളും കൊണ്ട് വാർത്ത അപൂർണ്ണതകളോട് സന്ധി ചെയ്യാനാകാതെ വീടോ ജീവിതമോ ഉപേക്ഷിച്ചിറങ്ങിപ്പോകുന്നവരെ ആവിഷ്കരിക്കുമ്പോൾ വീടകങ്ങളാണ് പ്രശ്നവല്ക്കരിക്കപ്പെടുന്നത്. മരണത്തിൽപ്പോലും കലഹിക്കുന്ന ചേതനയെ നമുക്കവിടെ കാണാനാകുന്നു.

"ഒരു മണൽത്തരിയിലോ അരിമണിയിലോ
എന്റെ പേരു കൊത്താതെ
തിരികെ വിളിക്കുന്നതിൽ പ്രതിഷേധിച്ചു
ഞാനപ്പോൾ ദൈവത്തോടു കലഹിക്കുകയാവും." (ഏകാങ്കം)

പ്രണയത്തെ 'അകലേറിയ' എന്ന മരത്തോടും 'ഊദ്' എന്ന സുഗന്ധ പദാർത്ഥത്തോടും ചേർക്കുമ്പോൾ പരിവർത്തനക്ഷമവും പരാവർത്തനക്ഷമവുമായ അതിന്റെ പ്രകൃതം തിരിച്ചറിയപ്പെടുന്നു. 'പാപിയായ പ്രണയിതാവിന്റെ ആത്മഹത്യാക്കുറിപ്പും' നിരാശാഭരിതമായ പ്രണയാഖ്യാനങ്ങളും പിന്നിട്ട് കവിത പ്രണയത്തിന്റെ നിരന്തരമായ അതിജീവന പ്രകൃതത്തിലെത്തി നില്ക്കുന്നത് വായനക്കാരിൽ പ്രതീക്ഷയുടെ മരത്തെയാണ് നട്ടുവളർത്തുന്നത്.

ജീവിതത്തിന് പലവിധമായ പരിചിതപദങ്ങളുടെ വ്യാഖ്യാനാത്മകതയുടെ പ്രകൃതമുണ്ടെന്നു പറയാനാണ് *പെയ്തൊഴിയുമ്പോൾ* എന്ന സമാഹാരം ശ്രമിക്കുന്നത്. ഏകതാനതയുടെ വിരസതയും എതിർത്തു തോല്പിക്കലിന്റെ ക്രൗര്യവും നിസ്സംഗതയുടെ മന്ദതയുമൊക്കെയുണ്ടെ

ങ്കിലും പരസ്പരം പകർന്നും ചേർന്നുമൊഴുകുന്ന സ്വച്ഛന്ദപാഠങ്ങളും കൂടി യുണ്ട് ജീവിത ഇടങ്ങളിൽ എന്നു തിരിച്ചറിയുന്ന വിവേകിയായ കവി യുടെ സാന്നിദ്ധ്യം അറിയിക്കുന്ന സമാഹാരമാണ് ശ്രീകലയുടെ *പെയ്തൊഴിയുമ്പോൾ.* വിവേകപൂർണ്ണമായ ഈ ജീവിതവ്യാഖ്യാനം വായനക്കാർ തിരിച്ചറിയട്ടെ.

ക്ഷണികം

കുരുന്നു കൺപീലിയിലും
നനഞ്ഞൊട്ടുന്ന ഉടുപ്പിലും
തിരയിളകും പളുങ്കുവെള്ളത്തിലും
കൂട്ടായിരുന്നു പകൽമഴ
അമ്മയില്ലാ ദിക്കിലേക്ക് മുങ്ങിത്താഴുംവരെ!

പാതി നനഞ്ഞ മെയ്യിൽ
പ്രിയന്റെ കൈ കൊരുത്ത കുടക്കീഴിൽ
കവിതയായിരുന്നു ചാറ്റൽ മഴ
കൈത്തലം കൈയിൽ വെച്ചവൻ തെറിച്ചുപോകും വരെ

കാമത്തിന്റെ ഉടൽ താപത്തിൽ
കനത്ത കമ്പിളിക്കുള്ളിൽ
പ്രണയമായ് പെയ്യുന്ന രാത്രിമഴ
മരണ ഗർത്തത്തിലേക്ക് പെയ്തൊഴിയും വരെ

കിനാവിന്റെ കവിളിൽ തലോടി
കുഞ്ഞരി പ്രാവിന്റെ കുറുകലിൽ
കഥക്ക് കൂട്ടായിരുന്നവൾ തുലാമഴ
നെഞ്ച് കലക്കി കിനാവുകൾ തകർത്തെറിയും വരെ

22 പെയ്തൊഴിയുമ്പോൾ

പി ശ്രീകല

കൊക്കും ചിറകും കൊണ്ടു തുരന്നെടുത്ത ജീവൻ
മടിയിൽ പതിയെ അണഞ്ഞു തീരുമ്പോൾ
ശവവണ്ടിയുടെ തേങ്ങൽ പോലും കേൾപ്പിക്കാതെ
കാറ്റിന്റെ ഹുങ്കാരമായി പാതിരാ മഴ

മണ്ണടരിന്റെ തിരകളിൽ കണ്ണ് പൊത്തിയ ഇരുട്ടിൽ
ഉള്ളതെല്ലാം തട്ടി തെറിപ്പിച്ചു
രുദ്രകാളിയായ്
വറുതിക്കരച്ചിലായ്
തേങ്ങലായ്... മഴ...

---

* *ഒരു നിമിഷാർദ്ധത്തിൽ മരണത്തിലേക്ക് തെറിച്ചുപോയ പ്രിയപ്പെട്ടവരെ ഓർത്തുവിങ്ങുന്ന നിലമ്പൂരിലെ, മൂന്നാറിലെ, ലോകത്തിന്റെ വിവിധ ഭാഗങ്ങളിലെ .... പ്രളയത്തിന്റെ രക്തസാക്ഷികൾക്ക്!*

നിഗൂഢം

നിങ്ങൾക്കൊരിക്കലും കണ്ടെത്താനാവാത്ത
ഒരു ഊടുവഴിയുണ്ടവൾക്ക്
അതിന്റെ അരികു പിടിച്ചാണവൾ നിത്യവും
ഓടിക്കിതച്ചു വീട്ടിലെത്തുക

സങ്കടത്തിന്റെ കുഞ്ഞു നോവിൽ
അമ്മിഞ്ഞപ്പാലിന്റെ മധുരം നൊട്ടി
കരഞ്ഞുറങ്ങുന്ന ഒരുണ്ണിയുണ്ടാകും
തണൽ വിരിച്ച 'അമ്മമരച്ചുവട്ടിൽ

പ്രായത്തിന്റെ പിൻവിളിയിൽ
മടുപ്പിന്റെ മുറുക്കിത്തുപ്പലിൽ
തളർന്നു കിടക്കുന്നൊരച്ഛനുണ്ടാകും
വഴിയരികിലെ കയറ്റു കട്ടിലിൽ

തീർന്നുപോയ അരിക്കലത്തിന്റെ,
തെറ്റിയ മരുന്ന് കുറിപ്പടികളുടെ,
സമയം വൈകിയ വൈദ്യുതി ബില്ലിന്റെ
ഇല്ലി വേലികളായിരിക്കും ചുറ്റും

അനിയത്തിയുടെ നെറ്റിയിൽ പൂശാൻ
ഒരു കൂടു സിന്ദൂരവുമായി
സാന്ത്വനത്തിന്റെ സുവർണ്ണ സൂര്യൻ
പടിഞ്ഞാറെ ചക്രവാളത്തിൽ കാത്തുനില്പുണ്ടാകും

24 പെയ്തൊഴിയുമ്പോൾ

പി ശ്രീകല

കലുങ്കിന്റെ മുകളിൽ
കാറ്റ് കൊള്ളുന്ന കൂടപ്പിറപ്പിന്റെ
നെഞ്ചിലെ നെരിപ്പോടിൽ ചവിട്ടി
കാൽ പൊള്ളി വീർക്കുന്നുണ്ടാകും

പുൽനാമ്പിന്റെ തണുപ്പിൽ
വെന്തു പൊള്ളിയ കാലിൽ തീണ്ടാൻ
കാമത്തിന്റെ പടം പൊഴിച്ചു
കരിമൂർഖൻ ഒളിഞ്ഞിരിപ്പുണ്ടാവും

ഇങ്ങനെ ഉടലും ഉയിരും പൊള്ളി
കരയും കാടും താണ്ടുമ്പോൾ
കണ്ണ് പൊത്തുന്ന ഇരുട്ടിൽ നീന്തിക്കയറാൻ
അവളൊരു കച്ചിത്തുരുമ്പ് തെരയുന്നുണ്ടാവും

പ്രണയത്തിന്റെ വഴിക്കണ്ണുമായി
കരുതലിന്റെ കുടമരച്ചാർത്തായി
തളർന്ന കാലിൽ കാട്ടുതേൻ പുരട്ടാൻ
ഒരാൾ കാത്തുനില്പുണ്ടെന്ന്
വരണ്ട കണ്ണുകൾ നാലുപാടും തെരയുന്നുണ്ടാവും.

പെയ്തൊഴിയുമ്പോൾ

മിന്നലിൽ പിളർന്ന വീടിന്റെ
മേല്ക്കൂര പോലെയാണ് ചില പ്രണയങ്ങൾ
തകർത്തു പെയ്യുന്ന കണ്ണീർ
ഒട്ടുമേ തടുക്കാതെ കടത്തിവിടും

വീശിയടിക്കുന്ന കൊടുങ്കാറ്റിനെ
ഉള്ളിലേക്ക് ഊതി വിട്ട്
പാപബോധം ഏതുമില്ലാതെ
സ്വപ്നങ്ങളെ പറത്തിക്കളയും

ചതിയുടെ കടലാസ് ചുരുട്ടി
ഉരുക്കിന്റെ നിറം ചാർത്തി
മേല്ക്കൂര താങ്ങുന്ന കരുത്തെന്ന്
അന്തേവാസികളെ പറഞ്ഞു പറ്റിക്കും

ആകെ നനഞ്ഞു കുതിർന്ന്
ചിറകു തളർന്ന പക്ഷിക്കുഞ്ഞുങ്ങൾ
മൂലയിൽ ചുരുണ്ടിരിക്കുമ്പോൾ
ഇനിയും വെയിലുറയുമെന്നു ലജ്ജയില്ലാതെ പ്രസംഗിക്കും

വിശ്വാസത്തിന്റെ ഉപ്പു തൂണ്
പെരുമഴയിൽ കുതിർന്നു വീഴുമ്പോഴും
പിന്നെയും പിന്നെയും കള്ളങ്ങൾ പടച്ച്
മേല്ക്കൂര നെയ്യുന്നതായി നടിച്ചുകൊണ്ടിരിക്കും

26 പെയ്തൊഴിയുമ്പോൾ

പി ശ്രീകല

പ്രളയത്തിൽ തകർന്ന വീടിന്റെ
മേല്ക്കൂര പോലെയാണ് ചില പ്രണയങ്ങൾ
എല്ലാം തകർന്നെന്ന് തിരിച്ചറിയുമ്പോഴും
എന്തൊക്കെയോ ഉണ്ടെന്ന് അഭിനയിക്കും.

പാർവ്വതീ പുത്തനാർ

ഇരുൾ വന്നു പൊതിയുന്നു
വിളറുമീ ഹൃത്തിൻ വിതുമ്പലിൽ
ആർത്തമാം കരുതലിൻ നെഞ്ച് പിളർക്കുന്ന തേങ്ങലിൽ
നിശ്ശബ്ദമിരുൾ വന്നു പൊതിയുന്നു
അസ്തമനത്തിന്റെ ചീവീട് പാട്ടുമായ്

ഒരു തരി വെട്ടമായ് ഒഴുകി വന്നെത്തിയ
മിന്നാമിനുങ്ങിൻ ചിറകും കരിഞ്ഞു പോയ്
ഇനിയില്ല കാത്തിരിപ്പിനിയില്ല സ്വപ്നങ്ങൾ
ഇനിയില്ല ലോകം തുറന്നിട്ട ജാലകം

ദൈവ നാമത്തിൻ കരുത്തിൽ, കരുണയിൽ
നോമ്പ് നോറ്റുണ്ടായ പൊൻ കണി വെള്ളരി
തെളിയുന്ന നിലവിളക്കിൻ തിരി നാളമായ്
പൂമുഖ വാതിലിൽ വിതറിയ പുഞ്ചിരി.

ഇരവിലും തെളിയും നിലാവിലും
വിരിയുന്ന പൂവിൻ മുഖ കമലത്തിലെ
ചിരിയും കരച്ചിലും പരിഭവംകൊണ്ട് പിണങ്ങിട്ട
കുഞ്ഞു വിരലിന്റെ തുമ്പിലും

ഇനിയില്ല അമ്മ തൻ കരുതൽ
കണ്ണിലെ പടരുന്ന കുളിരായി ചന്ദന ഗന്ധവും
ഇനി നമ്മൾ അന്യർ, ഇഴ പിന്നിയകലുന്ന
പുടവ തൻ തുമ്പു പിടിച്ച പൈതങ്ങൾ

ഇനിയെനിക്കാവില്ല നിന്നെ പുണരുവാൻ
മൃദുലമാം മേനിയിൽ മുഖം ചേർത്ത് കൊഞ്ചുവാൻ
സ്ഫടിക സമാനം ഈ കൊച്ചു കവിളിൻ തുടിപ്പിലെ
കുളിരും കുറുമ്പും മുകർന്നെടുത്തീടുവാൻ

ഇരുൾ വന്നു മുട്ടുന്നു വാതായനത്തിന്റെ
പുറകിൽ കൊളുത്ത് വിറകൊള്ളുന്നു കുടയുന്നു
കുതറുന്നു ജീവന്റെ അവസാന ശ്വാസമായ്
കണ്ണീരും ഉപ്പും കടലെടുക്കുന്നു.

ഭയമെന്ന വാക്കിന്റെ നിറവും തണുപ്പുമീ
മൃതമായ മേനിയിൽ പിടി മുറുക്കുമ്പോൾ
വരികെന്റെ ഓമലേ കരളിലെ പതയുന്ന പാലിന്റെ
പുഞ്ചിരിച്ചൂരുമായ് വരിക
നീ ഇന്നേക്ക് കൂട്ടിരുന്നീടുക...

പാർവ്വതീപുത്തനാറിൽ ഒരുദിവസം ഒരപകടത്തിൽ ഒടുങ്ങിയ കുഞ്ഞു പൂമ്പാറ്റകളുടെ ചിറകുകൾ ചതഞ്ഞു പോയിരുന്നു....

പൂച്ച

നനുത്ത ഉടലുള്ള വെളുത്ത പൂച്ചക്കുട്ടി
തണുത്ത പുതപ്പിനുള്ളിൽ നിന്നു
പതുക്കെ തല നീട്ടി.

പുറത്തെടുക്കാൻ അനുവാദമില്ലാത്ത
വെറുപ്പിന്റെ ചെള്ളുകളെ
അടക്കിയ ആഹ്ലാദത്തോടെ
കുടഞ്ഞു തെറിപ്പിച്ചു.

ഇരുളിൽ പഴകിയ നരച്ച കണ്ണുകളിൽ
ഇത്തിരി വെളിച്ചം തേടി
ജാലകപ്പടിയിൽ വലിഞ്ഞു കേറി.

ചിരിയുടെ മഞ്ഞവെളിച്ചം തെളിച്ച്
ഇനിയുള്ളതത്രയും നിനക്കെന്നു
ഉച്ഛിഷ്ടം വെച്ച് നീട്ടി
അയൽവീട്ടിലെ ഗൃഹനാഥൻ

കയ്യാലയ്ക്കപ്പുറം തെളിയുന്ന ഉച്ച വെയിലിൽ
വാഴകൈയെ കൂട്ട് പിടിച്ചു
ശ്വാനന്മാർ എത്തിച്ചു നോക്കി.

30 പെയ്തൊഴിയുമ്പോൾ

പി ശ്രീകല

ഉറങ്ങുന്ന യജമാനന്റെ
മുരളുന്ന കൂർക്കം വലിയും
ഒലിച്ചിറങ്ങുന്ന വിയർപ്പും
അടച്ച വാതിലിനകത്തെ വിമ്മിട്ടവും

മ്ലേച്ഛൻ ചാവാലിയുടെ
നീട്ടിയ നാവിൻ തുമ്പും
കറിക്കലത്തിനടിയിലെ
വളിച്ച പാത്ര ബാക്കിയും

തുലാസിൽ തൂക്കി കെട്ടി
കണക്കു കൂട്ടിയും കുറച്ചും
കിഴക്ക് വെള്ള കീറുന്നതും
കോഴി കൂവുന്നതും കാത്ത്

വില്ല് പോലെ വളഞ്ഞ്
മുഖം കനപ്പിച്ചു മുരണ്ട്
തിരിഞ്ഞു നിന്നു ഉടൽ വെട്ടിച്ച്
അവൾ പതിയെ പടിയിറങ്ങി.

അടുപ്പ് കത്തിക്കാൻ അറിഞ്ഞിരുന്നെങ്കിൽ....

അദ്ധ്വാനത്തിന്റെ അരി വേവിച്ച്
ജീവിതത്തിന്റെ ഉപ്പ് ചേർത്ത്
ഞാനൊരു പാത്രം കഞ്ഞി വെച്ചേനെ

നന്മ കറന്നെടുത്ത്
സ്വപ്നങ്ങളുടെ മധുരം ചേർത്ത്
ചുണ്ടിൽ തേനൂറും പാൽ കുറുക്കിയേനെ

മൗനത്തിന്റെ തീക്കൊള്ളികൊണ്ട്
ഏകാന്തത കത്തിച്ച്
നെഞ്ചിലെ കാറ്റൂതിയൂതി കവിത ചുട്ടേനെ

വഴക്കുകളുടെ മസാല വഴറ്റി
കണ്ണീരിക്കും മുളക് തേച്ച്
കണ്ണ് പൂട്ടിയ ഹൃദയങ്ങളെ പൊരിച്ചെടുത്തേനെ...

പ്രണയത്തിന്റെ നിറം

ഒരിക്കൽ അവൾ എന്നോടു ചോദിച്ചു
പ്രണയത്തിന്റെ നിറം എന്താണ്?

ഇരുളിൽ, പ്രേതായനങ്ങളിൽ
കത്തുന്ന മെഴുതിരിയുടെ സ്വർണ്ണ നിറം
സന്ധ്യയിൽ,
കണ്ണാടിക്കവിളിൽ
തിളങ്ങിയ നാലുമണിപ്പൂവിന്റെ തുടുപ്പു നിറം..
ആളുന്ന ഉച്ചവെയിലിൽ,
തണലേകിയ ഹരിത നിറം
സ്നേഹം പങ്കുവെച്ച പുലരിയിൽ ,
ചുണ്ടിലൂറും മധുരത്തിൻ തേൻ നിറം

പിന്നെ,
ജീവിതം വന്നു വിളിച്ചപ്പോൾ
ഒരു വാക്ക് മിണ്ടാതെ, തിരിഞ്ഞു നോക്കാതെ നടന്നുപോയ
അവളുടെ കാല്പാടുകളുടെ...
മണ്ണിനടിയിൽ
പ്രണയിച്ചു, മുള പൊട്ടാതെ പോയ വേരുകളുടെ
കരയിൽ കാൽ ചുവട്ടിൽ ഊർന്നുപോയ മണ്ണിന്റെ
കത്തിത്തീർന്ന മെഴുതിരിയുടെ
തകർന്ന മൺകുടത്തിന്റെ
ശൂന്യ നിറം...

ബന്ധങ്ങൾ

ചിലത്
തോളുരുമ്മി കൂടെ നടന്നാലും,
ഹൃദയത്തോടെത്ര ചേർത്ത് പുല്കിയാലും
ജീവിതം പോലും പകുത്തു നല്കിയാലും
കുടഞ്ഞ് ദൂരേക്ക് തെറിപ്പിക്കും
ചില സന്ധ്യകളിൽ ഇഴഞ്ഞിറങ്ങി പോകും

മറ്റു ചിലത്
കാഴ്ചയിൽ ഗോചരമല്ലെങ്കിലും
ജീവിതത്തിന്റെ മേച്ചിൽപ്പുറങ്ങളിൽ
ഒരിക്കൽ പോലും സന്ധിക്കുന്നില്ലെങ്കിലും
ആത്മാവിന്റെ അടിവേരുകളിൽനിന്നും
വാക്കായി പൊട്ടി കിളുർത്ത്
സ്നേഹിച്ചും, വെറുതെ കലഹിച്ചും
ആയുസ്സിന്റെ ഭാഗമായി കാലങ്ങളോളം
ഉപാധികളില്ലാതെ കൂടെ സഞ്ചരിക്കും.

ഒടുവിൽ
ദേഹി ഇല്ലാതെയാവുന്ന സന്ധിയിൽ
ഒന്ന് പകച്ചും തൊണ്ട ഇടറിയും
ദിശ കാണാതെ കിതച്ചും ക്ഷോഭിച്ചും
ഒരു മാത്ര നെഞ്ചുരുകി നില്ക്കും.

പിന്നെ
ഒന്നും മിണ്ടാതെ, കണ്ണ് നനയ്ക്കാതെ
തലയുയർത്തി
ആരെയും കാണാത്തതുപോലെ
അടയാളങ്ങൾ ഒന്നും ബാക്കി വെക്കാതെ
വന്ന പോലെ തിരിച്ചിറങ്ങി പോകും.

ആത്മഹത്യാ മുനമ്പിലെ
പ്രവാസ വെള്ളിയാഴ്ച

കണ്ണേ മടങ്ങുക
ഇനിയുമീ അമ്മ കരച്ചിലിൻ
നെഞ്ച് തകർക്കുന്ന വിങ്ങലിൽനിന്ന്
പടിയിറങ്ങീടുക.
ചില്ലിട്ട ജാലകത്തിനുള്ളിൽ കയറിയ
കുളിരു പോലും
മരവിച്ചു നില്ക്കുമീ
വെള്ളിയാഴ്ച പ്രഭാതത്തിൻ ആലസ്യ-
മിനിയും തിരിച്ചെടുക്കാനാവാതെ തളരുക .

കിനാവിൻ വർണ്ണങ്ങൾ തുന്നിയ
പുള്ളിയുടുപ്പിൽ, പകച്ച കണ്ണിൻ
ചോദ്യ ശരങ്ങളിൽ നിന്നൊരു നാളും
ഗതികിട്ടാ ആത്മാവായ് അലയാൻ
വിധിക്കപ്പെട്ടീടുക.

പ്രതീക്ഷ തൻ പൂമ്പാറ്റകൾ
ചിറകറ്റു വീഴുന്നതും നോക്കി
തലകുനിച്ചു, തോളോടിഞ്ഞ്, നാക്ക് നീട്ടും
സോദരന്റെ കിതപ്പേ അവഗണിച്ചേക്കുക.

36 പെയ്തൊഴിയുമ്പോൾ

പി ശ്രീകല

പേലവം കൈയിൽ കരുതി വെച്ച
കണ്ണീരിൽ കുതിർന്ന കണക്കിനുള്ളിൽ
ഒരച്ഛന്റെ ഹൃത്തിൻ ദുരന്ത താളം
ചങ്ക് തകരാതെ കേൾക്കുക.

ഒരു നിമിഷാർദ്ധം, ഒരു ചവിട്ടടി പതറലിൽ,
നില തെറ്റിയൊഴുകും തുരുത്തിൽ,
പടി കേറിയെത്തിയ മോക്ഷത്തിൻ വാതിലിൽ,
ജീവന്റെ നാളം തിരി കെട്ടടങ്ങവേ
അകലെയൊരു വെള്ളിക്കാശിൻ കിലുക്കം
മാനവ ജന്മത്തിനിനിയില്ല പുനർജ്ജനി വിശേഷം.

കർമ്മബന്ധത്തിൻ ചരടുകൾ കെട്ടഴിച്ചീടുക
അസ്തമനത്തിൻ മഞ്ഞവെയിൽ നെഞ്ചേറ്റ് വാങ്ങുക.

** *പ്രവാസത്തിന്റെ പളപളപ്പിൽ ഈയാം പാറ്റകളെ പോലെ ജീവിതം ആടി തീർത്ത, ഒടുവിൽ നിലയില്ലാ കയത്തിലേക്ക് മുങ്ങിയെന്നു തിരിച്ചറിയുമ്പോൾ മരണത്തിൽ അഭയം തേടിയ പ്രവാസികൾക്ക്!*

ആൾത്താമസമില്ലാത്ത വീട്

ആൾ വരുന്നുണ്ടെന്നു വിളിച്ചറിയിക്കാമെന്നു
ഉമ്മറവാതിൽ പാറ്റകൾക്ക്
ഉറപ്പ് കൊടുത്തിട്ടുണ്ടാവും

ഒരിക്കൽ പേടിച്ചോടിക്കയറിയ എലി
അമ്മ വാങ്ങി വെച്ച എല്ലാ പാത്രങ്ങളിലും
കുഞ്ഞുങ്ങളെ പെറ്റു കൂട്ടിയിട്ടുണ്ടാകും

കട്ടിലിനടിയിൽ
കൂർക്കം വലിക്കുന്ന മൂർഖൻ
ഉച്ച മയക്കം വിട്ട് പുറത്തിറങ്ങിയിട്ടുണ്ടാവും

തട്ടിൻപുറത്തെ ബുദ്ധിജീവികൾ
ചരിത്രം കുഴിച്ചു കുഴിച്ച്
മണ്ണിനടിയിലെ പിരമിഡുകൾ കണ്ടെത്തുകയാവും

പ്രൗഢിയുള്ള ചുവർ രാജാക്കന്മാർ
മുഖത്ത് കെട്ടുന്ന ചിലന്തിവല പൂമാലയെന്നു നിനച്ച്
ഭൂതകാലത്തിൽ അഭിരമിക്കുകയാവും

പൂച്ച തട്ടി മറിച്ചിട്ട
പഞ്ചസാരപ്പാത്രത്തിൽനിന്ന്
ചോണനുറുമ്പുകൾ മൗനജാഥ തുടങ്ങിയിട്ടുണ്ടാവും

38 പെയ്തൊഴിയുമ്പോൾ

പി ശ്രീകല

വടക്ക് വാഴത്തണ്ടിൽ
വിരുന്നു വിളിക്കാതെ മടുത്ത കാക്ക
കോട്ടുവായും കോങ്കണ്ണുമായി ചെരിഞ്ഞുറങ്ങുന്നുണ്ടാവും

പിന്നാമ്പുറത്തെ മുറ്റത്ത്
പടിയടച്ചു പുറത്താക്കപ്പെട്ട ചക്കക്കുരു
വിജിഗീഷുവായി മുളച്ചു പൊന്തിയിട്ടുണ്ടാവും

പാമ്പിനെ കുഴിച്ചു മൂടിയ കുഴിക്ക്
അടയാളമായി വെച്ച മാവ്
പൂവെല്ലാം കൊഴിച്ചിട്ടുണ്ടാവും

ആരെയും പ്രതീക്ഷിക്കാനില്ലാത്ത
കിണറ്റിലെ വെള്ളം
കുഴമ്പു തേച്ചു കിടപ്പിലായിട്ടുണ്ടാവും

വേലിയിറമ്പിലെ പെരുച്ചാഴികൾ
അതിരുകൾ തുരന്ന് അയൽവക്കവുമായി
യുദ്ധക്കരാർ ഒപ്പുവെച്ചിട്ടുണ്ടാകും

ആളനക്കമില്ലാത്ത വീടുമാത്രമല്ല ബുദ്ധിയും
അപഥ സഞ്ചാരികളുടെ വിഹാരമാകുമെന്നു പുച്ഛിച്ച്
ഉമ്മറത്തൊരു ഗാന്ധിയെ പ്രതിഷ്ഠിച്ചു**
കള്ളനും പടിയിറങ്ങിയിട്ടുണ്ടാവും.

** *ആൾത്താമസമില്ലാത്ത തറവാട് വീട്ടിൽ ഏറെ ശ്രമിച്ചിട്ടും ഒന്നും കിട്ടാതെ തിരിച്ചു പോവുമ്പോൾ പത്ത് രൂപ പോക്കറ്റിൽനിന്ന് താഴെ വീണുപോയ (അതോ വെച്ചതോ?) കള്ളന്റെ ഓർമ്മയ്ക്ക്!*

ഇനിയും പിറക്കാത്ത നിന്നോട്

ആളുന്ന അഗ്നിയിൽ മഞ്ഞുപർവ്വമാകണം നീ
അന്ധകാരത്തിലെ നക്ഷത്ര ദീപ്തിയും
സ്വപ്നാടനങ്ങളിലെ പുഷ്പവാടിയിലും
കബന്ധങ്ങൾ ആടുന്ന കരും കാട്ടിലും
കാട്ടാറ് പോൽ ഒഴുകിയെത്തണം നീ

കവിതയുടെ കടലായിരമ്പണം
പാട്ടിന്റെ ചാട്ടുളിയാകണം
ചില്ല് കൊട്ടാരങ്ങൾ തകർത്തെറിഞ്ഞു
കാട്ടു പൂവിൻ സുഗന്ധവും കാട്ടു തേനിൻ മധുരവും
അറിയാതെപോയ നാടുവാഴിയുടെ
ഹൃദയത്തിൽ നടനത്താൽ നിറയ്ക്കണം നീ

വെയിലുറയും നാട്ടു വഴികളിൽ
കാറ്റിന്റെ കാട്ടാളത്തം ചെറുത്തുനില്ക്കും
നാട്ടു ചെമ്പകമരമാകണം നീ ...

പൊള്ളുന്ന മണൽ കാട്ടിൽ
ജീവന്റെ ശ്വാസ നാളമാകണം
നീട്ടിയ കരങ്ങളിൽ കനിവിന്റെ പുതുമഴയാകണം
കാപട്യം കാരാഗൃഹം തീർക്കുന്ന നാൾ
കൽക്കിയായ് പ്രളയമായ് അവതരിക്കണം നീ...

40 പെയ്തൊഴിയുമ്പോൾ

പി ശ്രീകല

അതുവരെ,
ഭുവിന്റെ ഗർഭപാത്രം തുറന്നു
പൊള്ളുന്ന കണ്ണുനീർ കാലത്തെയെരിച്ചാലും
ഹൃദയത്തിൽ ചോര പടർത്തി
ജീവന്റെ കൈവഴികൾ വഴി പിരിഞ്ഞൊഴുകിയാലും
ബോധിവൃക്ഷത്തണലിൽ
ആത്മാവ് ചിതകെട്ടടങ്ങിയാലും..
നേരിന്റെ നെറികേട് തേടി ഞാൻ ഇവിടെ വേണം...
എൻ പിൻഗാമിയായ് നീ എത്തുന്ന നാൾ വരെ...

(വി)ഭ്രാന്തി

ഉറങ്ങിയത്,
ഇവിടെ ഈ എഴുത്ത് മേശയ്ക്കരികിൽ
ഉണർന്നതോ
പാലപ്പൂ മണം ഒഴുകി നടക്കും
വിഭ്രാന്തിയുടെ താഴ്വരയിൽ

അവിടെ,
കറുത്ത കുതിരകൾ ചില്ലിടും രഥത്തിൽ
ചക്രവർത്തിയുടെ എഴുന്നള്ളത്തും കാത്ത്
പെൺകുട്ടി ഉടുത്തൊരുങ്ങിയിരുന്നു
കൊതിപ്പിക്കും മധുമണത്തിൽ
മദിച്ച നിശാ ശലഭങ്ങൾ പറന്നു നടന്നിരുന്നു.
നിറഞ്ഞ തീൻ മേശകളിൽ പതയുന്ന പാനീയം ഇരുന്നിരുന്നു.
മേശക്കൊരു കോണിൽ
മറിയവും യൂദാസും
മിഴികളാൽ പരസ്പരം കഥകൾ ചൊല്ലിയിരുന്നു.
അരൂപികളായ ദൈവങ്ങൾ
ചഷകങ്ങളിലെ വീഞ്ഞ് മോന്തി
ലഹരി പൂണ്ടു നൃത്തം ചവിട്ടിയിരുന്നു.

അകലെ
തിളയ്ക്കുന്ന അഗ്നിയിൽ
പച്ചമാംസം കരിയുന്ന ഗന്ധം.

42

പെയ്തൊഴിയുമ്പോൾ

പി ശ്രീകല

നൂൽപ്പാലത്തിൽ ജീവിതം താണ്ടും
പാപികളുടെ നീണ്ട നിര.
ഗന്ധക മഴ പെയ്ത്
കണ്ണീർപ്പാടങ്ങൾ നിറഞ്ഞു കവിഞ്ഞിരുന്നു.
ചോര വീഴാത്ത അമ്മിഞ്ഞപ്പാൽ സ്വപ്നം കണ്ട്
ഗാസയിലെ കുഞ്ഞുങ്ങൾ തളർന്നുറങ്ങിയിരുന്നു
പാതി വെന്ത ചിറകുമായി ഡാർവിഷ് മരക്കൊമ്പിൽ
ഇനിയുമൊരു യാത്രയ്ക്ക് തയ്യാറെടുത്തിരുന്നു.

അറിവിന്റെ അനുഭവങ്ങൾ അതുപോലെ ആവർത്തിച്ചപ്പോൾ
മിഴികൾ പരസ്പരം കണ്ണിറുക്കി.
ചുണ്ടുകൾ ചെവിയുടെ കാതിൽ എന്തോ രഹസ്യം മൊഴിഞ്ഞു
ഭാഗ്യം, ചെവിക്കു കേൾവിയില്ലായിരുന്നു.
അല്ലെങ്കിൽ അവളും എന്നെ ഭ്രാന്തി എന്ന് വിളിച്ചേനെ...

കുഞ്ഞുടുപ്പ്

ആത്മഹത്യക്കും കൊലയ്ക്കും ഇടയിൽ
നെട്ടോട്ടം ഓടി ക്ഷീണിച്ച ഒരു കുഞ്ഞുടുപ്പ്
തൊടിയിലെ വരിക്കപ്ലാവിന്റെ ചുവട്ടിൽ
തളർന്നിരുന്നു

ദൃക്സാക്ഷി ഉണ്ടോ?
കനപ്പെട്ട കണ്ണട പൊക്കി
കാഴ്ച കെട്ടിയ കോടതി ചോദിച്ചു.
സാക്ഷി ഇല്ലാതെ പിന്നെ എങ്ങനെ?!

വളർത്തു ദോഷം!
കുലസ്ത്രീ മൂക്കത്ത് വിരൽ വെച്ചു
പണിക്കെന്നും പറഞ്ഞു പാഞ്ഞു നടക്കാതെ
മക്കളെ നോക്കി വീട്ടിൽ ഇരിക്കണമായിരുന്നു!

കവലയിൽ മൈക്ക് കെട്ടി
പൊതുജനം തടിച്ചു കൂടി
പൊലീസ് ഭരണം പരാജയം!!
മുഖ്യമന്ത്രി രാജിവെക്കണം!!

താടി വളർത്തിയ കവി
തൊണ്ട പൊട്ടി പാടി
“ചവിട്ടിയരയ്ക്കപ്പെട്ട പൂവിന്
ചോര കല്ലിച്ച ഊതവർണ്ണമായിരുന്നു...”

44 പെയ്തൊഴിയുമ്പോൾ

പി ശ്രീകല

ആത്മഹത്യയുടെ കാരണം തേടി
റോഡിനപ്പുറം
ഒരു വണ്ടി ക്യാമറയും മൈക്കുമായി
ഓടിക്കിതച്ചു കയറ്റം കേറുന്നുണ്ട്.

അയയിൽ വിരിച്ചിട്ട കുഞ്ഞുടുപ്പിനുകീഴെ
ഒരു പൂച്ചകുഞ്ഞ് മാത്രം
പാദസരക്കിലുക്കം കാത്ത്
നനഞ്ഞ മണ്ണിൽ തല ചായ്ച്ചുകിടന്നു

ഇവിടെയാണ്
എട്ടും പത്തും തികഞ്ഞ
പുര നിറഞ്ഞ്, വളർന്നു പുളച്ച പെണ്മക്കൾ
പുരുഷ സാമീപ്യം ദാഹിച്ച്
മനംനൊന്ത് ജീവനൊടുക്കിയത്...

എട്ടും പത്തും പ്രായമുള്ള രണ്ടു പെൺകുഞ്ഞുങ്ങളുടെ മരണത്തിൽ നിസ്സഹായയായി നോക്കി നില്ക്കേണ്ടിവരുന്ന ഒരു അമ്മമനസ്സിന്റെ പ്രതിഷേധം.

അമ്മ

അരപ്പ് കല്ലിന്റെ മണമാണമ്മയ്ക്ക്
നെരിപ്പോടിന്റെ ചൂടും
അടുക്കള പിന്നാമ്പുറത്ത് ഉണങ്ങിയ ചുള്ളിക്കൈക്ക്
തഴമ്പ് പാകിയ
അലക്ക് കല്ലിൻ കാഠിന്യം

സന്ധ്യാനാമത്തിൽ ഇഴ ചേരാതെ
വഴുതി മാറും അച്ഛന്റെ വരികളെ
ശാസിച്ചൊതുക്കി കൂട്ടിലടയ്ക്കും
വാലിയപ്പെണ്ണിന്റെ കരുതൽ അമ്മയ്ക്ക്

രാവിൽ
നിലാവ് പോലും പിണങ്ങി മാറും അശാന്തി പർവ്വങ്ങളിൽ
രാക്കുറുക്കൻ ഓരിയിട്ടടുക്കും പാതിരാ കറുപ്പിൽ
തുടലിലെ കാവൽ നായുടെ മുരൾച്ചയമ്മയ്ക്ക്

കണ്ണീരിൻ ഉപ്പും നോവിന്റെ കയ്പ്പും
പുലയാട്ടും ഏമാന്റെ തൊണ്ടയിലെ ചവർപ്പും
വേലിയിറമ്പിലെ
ചുവന്ന താംബൂല ചെടിപ്പും

46

പെയ്തൊഴിയുമ്പോൾ

പി ശ്രീകല

ഒടുവിൽ
ഈ ഉദകക്കുമ്പിളിൽ
മണ്ണിൽ പുതയും ഇലച്ചീന്തിൽ
ഒരിറ്റു വെള്ളവും
കൊതിച്ച സ്നേഹവും.

നിറങ്ങൾ

ഓരോ നിറങ്ങൾക്കും
ഓരോ സ്വഭാവം
ടീച്ചർക്ക് മുന്നിലെ കുഞ്ഞുങ്ങൾക്കെന്നപോലെ

മുന്നിലെ ബെഞ്ചിൽ വെളുത്ത കുപ്പായക്കാരി
നീണ്ട മുടി കുളിപ്പിന്നു പിന്നി
ഗമ ചാലിച്ച് കണ്ണെഴുതി പൊട്ടുതൊട്ട്

കൂടെയുള്ളവൻ ആര്യ വർഗ്ഗക്കാരൻ
പഴുത്ത ഓറഞ്ചിന്റെ മിനുത്ത തൊലിക്കാരൻ
വെയിലേറ്റാൽ ആകെ തുടുക്കും
പകലും രാത്രിയും വേറെ നിറങ്ങളാണവന്

കുഞ്ഞു മുഷ്ടി മുറുക്കെ ചുരുട്ടി
കണ്ണുകളിൽ തീ പാറിച്ച്
ചോദ്യങ്ങൾ എയ്ത്
കലഹക്കാരൻ ചുവപ്പ്

തൊട്ടടുത്ത് മിന്നുന്ന പച്ചക്കുപ്പായം
കാലിൽ നിറയെ മുത്തുള്ള കൊലുസ്
തട്ടം മറയ്ക്കുന്ന നെറ്റി,
കണംകാൽ മറയാത്ത കാച്ചിത്തുണി

48 പെയ്തൊഴിയുമ്പോൾ

പി ശ്രീകല

പിൻബെഞ്ചിലെ ഇരുണ്ട മൂലയിൽ
ആരാലും ശ്രദ്ധിക്കപ്പെടാതെ കറുപ്പ്
ദളിതന്റെ പകച്ച കണ്ണുകൾ

മഞ്ഞ ഉടുപ്പുകാരിക്ക്
ഇത്തിരി ഇളക്കം കൂടുതലാണ്
കണ്ണിന്റെ കോണിൽ ശൃംഗാരം
കലാലയം അടക്കി വാഴും
പൂമരത്തിന്റെ നെഗളിപ്പ്

കറുമ്പന്റെ തൊട്ടരികിൽ
മയങ്ങുന്ന വലിയ കണ്ണുകളും
പ്രായത്തേക്കാൾ പക്വതയും ആയി നീലിമ

ചവിട്ടി അരയ്ക്കപ്പെട്ട,
ഇതളുകൾ ചീന്തി എറിയപ്പെട്ട
അവളുടെ ഇരട്ട സഹോദരിക്ക്
ശംഖു പുഷ്പത്തിന്റെ നിറമാണ്

ഓരോ നിറങ്ങൾക്കും
ഓരോ സ്വഭാവമാണ്
ചവിട്ടിയരയ്ക്കപ്പെട്ട ഓരോ പൂവുകൾക്കും
ചോര കല്ലിച്ച ഊതനിറം എന്ന പോലെ.

** *ദൈവസന്നിധിയിൽ വെച്ച് ചവിട്ടിയരയ്ക്കപ്പെട്ട ആരിഫ എന്ന കുഞ്ഞു പൂവിന് ചോര കല്ലിച്ച നിറമായിരുന്നു.*

മരണമാപിനി

ജീവിതത്തിനും മരണത്തിനും ഇടയിലുള്ള
ദൂരം അറിയണമെങ്കിൽ
കണ്ണ് തുറന്നൊന്നു നോക്കിയാൽ മതി
ചുറ്റും ചെറുതായി കാതോർത്താൽ മതി

അടുക്കളയിലെ ശീതീകരിണിയുടേതാണെങ്കിൽ
പിന്നിലെ എഞ്ചിൻ മുരൾച്ച തുടങ്ങുമ്പോൾ അറിയാം
അച്ഛനുള്ളപ്പോൾ താലോലിച്ച അംബാസഡർ
കയറ്റം കയറുമ്പോൾ കിതച്ചു തുടങ്ങും
ഗ്രൈൻഡറിനും എസിക്കും ശബ്ദത്തിൽ ഇടർച്ച
അമ്മയുടെ റേഡിയോയുടെ തേങ്ങൽ
പുള്ളിപ്പശുവിന്റെ കണ്ണിലെ ദൈന്യത
വളർത്തുനായുടെ നിലം പറ്റിയുള്ള കിടപ്പ്
ഇതൊക്കെയാണ് മരണത്തിലേക്കുള്ള ദൂരമാപിനികൾ

പ്രണയിനികൾക്കിടയിലെ മരണം
ഇത് പോലെ ആയിരിക്കില്ല
ആദ്യമാദ്യം പോര് കോഴികളെ പോലെ
വീറോടെ കൊത്തി ചോരയിറ്റിക്കും
പിന്നെ പിന്നെ മൗനം കനക്കും
കിടക്കയുടെ വലിപ്പം കൂടി വരും
അങ്ങനെ പതിയെ ഒരാൾ മറ്റേയാളുടെ ഉള്ളിൽ
നിന്ന് എന്നേക്കുമായി പടി ഇറങ്ങിപ്പോകും

50 പെയ്തൊഴിയുമ്പോൾ

പി ശ്രീകല

ഒരാൾ ഉള്ളിൽ മരിക്കുമ്പോൾ
മറ്റേയാൾ ഉമിത്തീയിൽ എന്ന പോലെ നീറുന്നുണ്ടാവും
പക്ഷേ, ആ നീറ്റൽ ആദ്യത്തെയാൾ അറിഞ്ഞിട്ടേ ഉണ്ടാവില്ല
അയാൾ എന്നേക്കുമായി
രണ്ടാമത്തെയാളുടെ ഉള്ളിൽ മരിച്ചിട്ടുണ്ടാവും!

അങ്ങനെ മരിക്കാത്ത രണ്ടു മനുഷ്യർ
ശവപ്പെട്ടിക്കകത്തെന്നപോലെ
ശ്വാസം കിട്ടാതെ പിടഞ്ഞ്
മരിച്ചെന്നു വിചാരിച്ച്
മരണം കാത്തുകിടക്കും!

മാപ്പ്

പോരാളിയുടെ കാൽവെപ്പുകൾ.
വിരിഞ്ഞ നെഞ്ചകത്ത്
തുടിക്കും സമരവീര്യം.
നെറ്റിയിൽ വൈഭവത്തിന്റെ വിരൽ മുദ്രകൾ.
ചുണ്ടിന്റെ കോണിൽ എവിടെയോ ഒളിച്ച്,
തിരികെ വരാൻ മറന്ന്,
മരിച്ചുപോയ പ്രണയം.
ആരായിരുന്നു നീ?

അനിയത്തിയുടെ മാറിലെ ചിത്രശലഭം
ചോരയിൽ പിടഞ്ഞു ചിറകടിച്ചു.
പിച്ചവെക്കും കുഞ്ഞിക്കാലുകൾക്കിടയിൽ വിരിഞ്ഞ
കുഴിബോംബ്
വീട്ടുമുറ്റത്ത് പൂക്കളം തീർത്തു.
അമ്മയുടെ അവസാന നിശാവസ്ത്രവും കീറിപ്പറിഞ്ഞിരുന്നു.
പ്രിയതമന്റെ രക്തം സിന്ദൂരരേഖ തുടുപ്പിച്ചപ്പോൾ
അന്തപ്പുരം വിട്ടു ഞാൻ പുറത്തുവന്നത് നീ
അറിഞ്ഞില്ലെന്നുണ്ടോ?

ഞങ്ങളുടെ അതിജീവനത്തിന്റെ
കിനാവായിരുന്നു നീ.
കണ്ണീരിൽ മുളപ്പിച്ച
പ്രതീക്ഷയുടെ നാമ്പായിരുന്നു.

52 പെയ്തൊഴിയുമ്പോൾ

പി ശ്രീകല

നെഞ്ചകം ചുട്ടു ഞങ്ങൾ നിനക്കായി ആയുധം പണിതില്ലേ?
ഹൃദയത്തിൽ രാകി മൂർച്ച കൂട്ടിയില്ലേ?
കവിയുടെ ചോരകൊണ്ട് തർപ്പണം ചെയ്തില്ലേ?
എന്നിട്ടും.

സുകൃതം നിറയുന്ന പുണ്യദിനത്തിൽ
സക്കാത്ത് ചെയ്ത പുണ്യവാന്റെ സവിധത്തിൽ
അറവുമാടിനെയെന്നപോലെ
അവർ നിന്നെ പങ്കുവെച്ച നിമിഷം
ഹൃദയത്തിൽ പൊടിഞ്ഞ ഞങ്ങളുടെ കരച്ചിൽ
തൊണ്ടയിൽ മുങ്ങി മരിച്ചുപോയി....

അന്ന്
നിസ്സംഗതയുടെ തേരിൽ
ഞങ്ങൾ ആദിയിലേക്ക് സഞ്ചരിച്ചു.
അന്നുമുതൽ ഞങ്ങൾക്ക് വസ്ത്രം വേണ്ടാതായി.
നാണം മറന്നു.
ആദാമിനും മുമ്പേ ഞങ്ങൾ
ശിഖണ്ഡികളാക്കപ്പെട്ടിരുന്നു.
സദ്ദാം, നീ ഞങ്ങളോട് പൊറുക്കുക.

ന്യൂക്ലിയർ ആയുധങ്ങൾ ഉണ്ടാക്കിയെന്ന കുറ്റത്തിന് ഒരു പെരുന്നാൾ ദിനത്തിൽ കൊലചെയ്യപ്പെട്ട, ശവശരീരത്തിനുപോലും അർഹിക്കുന്ന ബഹുമാനം നല്കാതെ കടലിലേക്ക് തള്ളപ്പെട്ട സദ്ദാം ഹുസൈൻ എന്ന രാഷ്ട്ര നേതാവിന്റെ ഓർമ്മയ്ക്ക്.

സാഫല്യം

തലയറഞ്ഞു തുള്ളാൻ ഉള്ളു തേങ്ങുമ്പോൾ
ഒരു ചിരി ചുണ്ടിൽ ചില്ലിട്ടു വെക്കണം
ഒരു നിഴൽ പോലുമില്ലാത്ത സന്ധ്യയിൽ
ചക്രവാളപ്പറവയായ് സ്വയം നിനയ്ക്കണം!

അവസാന ശബ്ദവും പടിയിറങ്ങുമ്പോൾ
ഒരു മൂളിപ്പാട്ടിനായെന്നെ മീട്ടാൻ കൊടുക്കണം
പെരുവഴിയിൽ നിന്നു മണ്ണൊഴുകിയകലുമ്പോൾ
ഇതിലും വലിയതെത്ര കണ്ടെന്നു ചിരിക്കണം!

അരുമയായ് പോറ്റിയ കുഞ്ഞു കിടാങ്ങൾ
വന്നെതിരിട്ട് ശൗര്യം നിറഞ്ഞ കിനാക്കളിൽ
ഒരു തുള്ളി കണ്ണുനീരുപ്പു കലരാതെ
നെഞ്ചിലെ തേനിനെ കനലിട്ടു വെക്കണം!

പ്രണയം നിറയുന്ന സ്വർണ്ണയാമങ്ങളിൽ
ലഹരി തൻ പാമ്പുകൾ കാവ് തീണ്ടുമ്പോൾ
വരികെന്റെ ഹൃദയമേ ഇനിയെങ്കിലും നീ
തിരിച്ചറിയുക നിന്റെയാ ജന്മ ലക്ഷ്യത്തിനെ...

തവളക്കുഞ്ഞിന്റെ മോഹം

കുണ്ടു കിണറ്റിൻ ഉള്ളിലിരിക്കും
കുഞ്ഞിത്തവളക്കൊരു മോഹം
ആകാശത്തങ്ങോടി നടക്കും
അമ്പിളിമാമനെ കൈയേറാൻ ...

അമ്മ വിളമ്പിയ തുമ്പ ചോറും
കാച്ചിയ മോരും പപ്പടവും
മുറ്റത്തങ്ങു വിതർത്തി വിരിച്ചോ-
രോണ നിലാവും തൂ വെയിലും

കൂട്ടരോടൊത്തു കളിച്ചു മദിക്കെ
തവള കുഞ്ഞിന് കൊതിയായി
ആകാശത്തങ്ങോടി നടക്കും
അമ്പിളി മാമനു മേലേറാൻ

കണ്ടു മടുത്തൊരു കുണ്ടൻ കിണറും
ഉണ്ടു മടുത്തൊരു പാൽച്ചോറും
എല്ലാം വിട്ടു കരുത്തു നിറഞ്ഞൊരു
ഹിമവൽ ചാട്ടം ചാടേണം

ആകാശത്തങ്ങോടി നടക്കാൻ
ഉല്ലാസത്തിരി കത്തിക്കാൻ
കൂടെ ചാടി മറിഞ്ഞു കളിക്കാൻ
നക്ഷത്ര കുഞ്ഞുണ്ടാകും

കാലത്തങ്ങനെ ചുറ്റിയടിക്കാൻ
സ്വർണ്ണ നിലാവ് വിരിപ്പുണ്ട്
മുങ്ങാംകുഴിയങ്ങിട്ടു തുടിക്കാൻ
നീലാകാശ കുളമുണ്ട്

ഓടി ചാടി ഒളിച്ചു കളിക്കാൻ
മേഘപ്പഞ്ഞി കെട്ടുണ്ട്
പിന്നെയുമെന്തിന് കുണ്ടൻ കിണറിൽ
സ്വന്തം ജീവൻ ഹോമിപ്പൂ ?!

തവള കുഞ്ഞിൻ ചോദ്യം കേട്ട് നടുങ്ങി
അമ്മത്തവള ഇരുന്നേ പോയ്
മാവിൻ കൊമ്പിലെ അണ്ണാൻ മാമൻ
കിലുകിലെയെന്നു ചിരിച്ചേ പോയ്

മുറ്റത്തെല്ലാം തത്തി നടന്നൊരു
മുത്തശ്ശി കിളി ചോദിച്ചു
മാനത്തങ്ങനെ പാറി നടക്കാൻ
തവളക്കുഞ്ഞിന് ചിറകുണ്ടോ?

കുണ്ടു കിണറ്റിൻ വക്കിലിരിക്കും
കാക്കച്ചേട്ടൻ കോപിച്ചു
കൊത്തിലൊതുങ്ങാ കൊത്തി എടുത്താൽ
നട്ടെല്ലൊടിയും സൂക്ഷിച്ചോ!

എന്ത് പറഞ്ഞും ചൊല്ലി വിളിച്ചും
തവളക്കുട്ടൻ കേട്ടില്ല
പിറ്റേ നാളിൽ കൂട്ടരോടെല്ലാം
യാത്ര പറഞ്ഞു പുറപ്പെട്ടു....

* * * *

ഓരോ നാളും ചന്ദ്രനുദിക്കെ
കുഞ്ഞിനെ വീണ്ടും കാണാനായ്
പൊള്ളക്കണ്ണിൽ വെള്ളവുമായി
അമ്മത്തവള ഇരിപ്പായി

ചന്ദ്രനുദിക്കും ദിക്കും നോക്കി
സന്ധ്യ മയങ്ങും നേരത്ത്
കുഞ്ഞിൻ പേര് വിളിച്ചും കേണും
അമ്മ തവള തപസ്സായി

56 പെയ്തൊഴിയുമ്പോൾ

പി ശ്രീകല

പാട വരമ്പും വേലി പൊത്തും
പൊട്ടക്കുളവുമുപേക്ഷിച്ച്
അമ്പിളി മാമൻ മടിയിലിരിക്കും
പൊന്നോമനയെ കാണാനായ്

അമ്മത്തവളക്കകമ്പടിയായി
കൂട്ടരുമെന്നും വരവായി
പേക്രോം പേക്രോം ചൊല്ലി വിളിച്ചാ
തവളക്കൂട്ടം വരവായി...

വിത്ത്

ഗർഭപാത്രത്തിൽ കൊലചെയ്യപ്പെട്ട
ഒരു പ്രണയമുണ്ടെന്റെ ഉള്ളിൽ
പുലരാൻ വിട്ടിരുന്നെങ്കിൽ പൂമൊട്ട് ആകേണ്ടവൾ
വളരാൻ അനുവദിച്ചാൽ വന്മരം ആകുമായിരുന്നവൻ!
കനിവിന്റെ,
തളരാത്ത കരുത്തിന്റെ,
സ്നേഹത്തിന്റെ തണൽ മരം ആകേണ്ടത്

വിത്തെറിഞ്ഞ് വളമിട്ട്
കാറ്റൂതി വെള്ളം ഇറ്റി
കണ്ണായ വയലേലയിൽ പൊന്നു വിളയിച്ചവൻ
മണ്ണ് ചാരി മനം ഒതുക്കി
കാഴ്ചക്കാരനായ് മാറിയപ്പോൾ
മണ്ണിന്റെ മാറ് വിണ്ട്
വിത്തേ കരിഞ്ഞു പോയ്.

സങ്കടങ്ങളുടെ ചിത

നെഞ്ചോടു ചേർത്ത അമ്മക്കിളിയുടെ,
ചൂടകന്ന കുഞ്ഞുങ്ങളുടെ
അനാഥമായ വിരൽത്തുമ്പുകളുടെ
അടക്കിയ ആർത്തനാദം
ചിതയിലെ അവസാന കനലിന്റെ
തേങ്ങിയ കെട്ടടങ്ങൽ...
വിരഹത്തിനു വിവിധ ഭാവങ്ങൾ...

ഓരോ യാത്രാമൊഴിയിലും
ഒരു മരണ മണി ഇരമ്പം
പാതയിൽ തെറിച്ചുടയുന്ന ഒരു ചില്ല്
ശ്വാസം മുട്ടുന്ന കൗമാരം
മുങ്ങിത്താഴുന്ന ബാല്യം
അശനി പാതത്തിന്റെ ആരവത്തിൽ
അമർന്നുപോകുന്ന സങ്കീതികകൾ
ആർത്തലച്ചു പെയ്യും ഹിമകാണ്ഡം.

കുരുന്നു കണ്ണിലെ ചുടു നീരുറവ
അടഞ്ഞ തൊണ്ടയിൽ
മുങ്ങി മരിക്കും പ്രതീക്ഷകൾ

നിഷ്പക്ഷതയുടെ മണ്ണിടിച്ചിലിൽ
അസ്വസ്ഥതയുടെ ദുന്ദുഭി താളത്തിൽ
കാവിയുടെ കാണാക്കറുപ്പിൽ
സങ്കടങ്ങളുടെ ചിതയിൽ സ്ഫുടം ചെയ്ത സീതായനത്തിൽ
മുഖം തരാത്ത ദൈവങ്ങളുടെ
അമർഷങ്ങൾ, മുറുമുറുപ്പുകൾ, ശീത സമരങ്ങൾ....

വിളക്കുമരത്തിന്റെ വിഭാഗീയത

ഒരിക്കൽ ഞാനൊരു വിളക്കുമരം കണ്ടു.
കണ്ണടയ്ക്കാതെ വഴി തെളിച്ചു കാലത്തെ അതിജീവിച്ച ഒന്ന്.
പാതിരാവിലും പുലർ വെളിച്ചത്തിലും
എണ്ണ വറ്റാതെ കത്തിയ, തലയെടുത്ത വിളക്കുമരം.

കണ്ണാടി നോക്കാൻ ചങ്ങാതിമാരില്ലാത്ത,
രാപ്പനിയറിയാൻ കൂട്ടുകാരിയില്ലാത്ത,
കത്തുന്ന ചൂടിലും ഉറയുന്ന മഞ്ഞിലും
കാറിലും കോളിലും കരയെ കാത്ത
തൊലി ചുളിഞ്ഞ വിളക്കുമരം.

വിളക്കുമരം ഒരുപാടു കഥ പറഞ്ഞു.
രക്തം തിളയ്ക്കുന്ന സാഹസികതകൾ
കരളലിയിക്കുന്ന കണ്ണീർക്കഥകൾ
പുതുമ തേടും പരദേശിയുടെ അപൂർവ്വ വിക്രിയകൾ...

എല്ലാം കണ്ടും കണ്ണടച്ചും കേട്ടും ചെവി പൊത്തിയും
മനം മടുത്ത് ഒടുവിൽ ഒരു നാൾ
പ്രതികരിക്കാൻ തീർച്ചയാക്കി
വിളക്കുമരം നിവർന്നു നിന്നു.

കാറ്റിന്റെ കൂട്ട് പിടിച്ചു കത്തും തിരി കടലിലെറിഞ്ഞു
ചരക്കുമായി കിതച്ചെത്തിയ

കറുത്ത കപ്പലിനെ വഴി തെറ്റിച്ച് വിട്ടു.
അത്താഴം കൊത്തി വലിക്കും കള്ളക്കാക്കയെ കണ്ണുരുട്ടി പേടിപ്പിച്ചു

വിളക്കുമരത്തിനെ മാലോകർ അറിഞ്ഞു തുടങ്ങിയപ്പോൾ
കടൽ കൊള്ളക്കാർ അങ്കലാപ്പിലായി
രാജാവിനെ നേരിൽ കണ്ടു സങ്കട ഹർജി സമർപ്പിച്ചു.

പ്രായം കൊണ്ടു കണ്ണ് മങ്ങിയ വിളക്കുമരം
ഗുണത്തേക്കാളേറെ ദോഷം ചെയ്യുന്നു
പാവം ആട്ടിൻകുട്ടികളെ
ചെന്നായ് കൂട്ടത്തിലേക്ക് വഴി തെറ്റിക്കുന്നു
കാറ്റിൽപെട്ട കപ്പൽ തൊഴിലാളികളെ പെരുവഴിയിൽ ആക്കുന്നു.

ആയതിനാൽ,
അപ്പുറത്ത് ഒരു വൈദ്യുത വിളക്കുമരം
രാത്രി മുഴുവൻ കെടാതെ കത്തിനില്ക്കണം.

പിറ്റേന്ന് സന്ധ്യക്ക്
വൈദ്യുതി വിളക്കിനു രാജാവ് കല്ലിടുമ്പോൾ
വയസ്സൻ വിളക്കുമരം നിന്ന കുഴിയിൽ
കാറ്റിന്റെ രണ്ടു തുള്ളി കണ്ണുനീർ ഇറ്റുവീണു
കഥയറിയാതെ ആട്ടം കണ്ട ഞാൻ കണ്ണ് മിഴിച്ചുനിന്നു.

വാങ്മയ ചിത്രങ്ങൾ

മുറിവേറ്റ ഹൃദയത്തിന്റെ കവിത
അപകടത്തിൽ ബോധം നഷ്ടമായ
വഴിയാത്രക്കാരനെപ്പോലെയാണ്

പ്രാണൻ പകുത്തു സ്നേഹിച്ചവൾ
പിരിഞ്ഞു പോയവന്റെ വരികൾ
പകുത്തു കീറിയ ഹൃദയം പോലെ ചോര വാർന്ന്

ജീവിതം പുറം തള്ളിയവന്റെ
നിറം കെട്ട ചിത്രങ്ങൾ
കരി പിടിച്ച ചിമ്മിനിപോലെ കറുത്ത് പുകഞ്ഞ്

സ്നേഹംകൊണ്ട് പുഷ്പിച്ചവളുടെ കഥകൾ
കാലം തെറ്റി പൂത്ത പൂമരംപോലെ
തണൽ വിരിച്ച്, പൂവുതിർത്ത്...

മക്കൾ പുറന്തള്ളിയ അമ്മയുടെ പാട്ടുകൾ
ദാരിദ്ര്യംകൊണ്ട് നീര് വറ്റി
പ്രായംകൊണ്ട് ചുളുങ്ങി, വരണ്ടുണങ്ങി

പ്രണയികളാൽ ചുറ്റപ്പെട്ടവന്റെ മുദ്രാവാക്യങ്ങൾക്ക്
പാറ പോലുറപ്പ് , വെണ്ണ പോലെ മയവും
തേൻ പോലെ മധുരവും

ചതിക്കപ്പെട്ടവളുടെ കവിത
ചിതയിലെ തലയോട്ടി പോലെ
ആളിക്കത്തിയും പൊട്ടിത്തെറിച്ചും കനൽ വറ്റാതെ ...

ഒറ്റ

ഇന്നലെ വരെ ഉണ്ടായിരുന്ന ഒരാൾ
ഇന്നൊരു നാൾ ഇല്ലാതെയാവുമ്പോൾ
അത് സമ്മാനിച്ച ശൂന്യത
അനിവാര്യതയെന്നു പതുക്കെ പാകപ്പെടും
എല്ലാ വഴികളും നിന്നിലേക്ക് നീളുന്ന
മറുവഴിയില്ലാത്ത ലോകം അവസാനിച്ചെന്നും
തുറന്നു കിട്ടിയ വഴികൾ പുതുലക്ഷ്യം കാണിക്കുമെന്നും
സ്വയം സമാധാനിക്കും
പുലരികളും പ്രദോഷങ്ങളും
നിറം കെട്ടുവെന്നു വ്യാകുലപ്പെടുമ്പോൾ
കണ്ണീരല്ല തിമിരമാണ് കാഴ്ച മറച്ചതെന്നു
ഉള്ളാലെ പറഞ്ഞു തിരുത്തും

പ്രണയം നഷ്ടമായ മോതിര വിരലിൽനിന്ന്
ഒരു നാൾ നീ ഊർന്നുപോകുമ്പോൾ
ശരീരംകൊണ്ട് പ്രണയിച്ചതിനെ
ആത്മാവെന്നു ധരിച്ചതോർത്ത്
നെഞ്ച് പിളർന്നു നീറിപ്പുകഞ്ഞു
ബാക്കിയായ ഏക ജീവിതത്തിൽ
ഒന്നുമേ സംഭവിക്കാത്തതുപോലെ നിസ്സംഗനായിരിക്കും

പിന്നീടയാൾ മറ്റൊരു ജീവൻ ജീവിച്ചു തുടങ്ങും
ശൂന്യത സമ്മാനിക്കുന്ന വേദനയിൽ
ഭൂതകാലത്തെ വെറുത്തു വെറുത്ത്
തന്നിലേക്കുള്ള ദൂരം അനന്തമായി നീട്ടി
കാലങ്ങൾക്ക് മുന്നിലേക്ക് സഞ്ചരിക്കും
പുറംലോകം തന്റേതല്ലെന്നും
തന്റെ ലോകം പുറത്തില്ലെന്നും
പ്രാണൻ പകുത്ത് നല്കിയ പ്രണയിനിയെ
യുദ്ധത്തിൽ തോറ്റ എതിരാളിയെ
പുറം കാൽകൊണ്ട് ആട്ടിയകറ്റും

നിന്റെ മരണം സമ്മാനിച്ച ശൂന്യത
ശൂന്യതയേ അല്ലെന്നു തന്നെത്തന്നെ ബോദ്ധ്യപ്പെടുത്താൻ ശ്രമിക്കും
കണ്ടതെല്ലാം പകൽക്കിനാവുകൾ മാത്രമെന്ന്
കണ്ണീരൊതുക്കി പറയാൻ ശ്രമിക്കും
ഒടുവിൽ അതവനവനെ തന്നെ ബോദ്ധ്യപ്പെടുത്താനാകാതെ
നിത്യ ശൂന്യതയിലേക്ക്
ആരുമറിയാതെ
എടുത്തുചാടിയെന്നിരിക്കും.

വക്കാണം

അങ്ങേലെ തേയിക്ക് മംഗലം വന്നെന്ന്
നമ്മളും പോയൊന്നു കേൾക്കണ്ടേ?
ചെക്കന്റെ തള്ളയ്ക്കും പെങ്ങക്കും തേയിനെ
നന്നായിട്ടങ്ങു പിടിച്ചത്രേ

പെണ്ണിന്റെ തന്തേടെ ബന്ധത്തിലുള്ളതാ-
ണെങ്കിലും ചെക്കൻ മിടുക്കനാണേ..
ഉദ്യോഗവുമുണ്ട് കണ്ടാലും ചൊങ്കനാ
തേയീന്റെ തലയിലെ വര തെളിഞ്ഞേ

അക്കരെ നിന്നും മാരനെത്തുന്ന നേരത്ത്
ആ വഴിക്കെങ്ങാനും പോയിടല്ലേ
നമ്മടെ പോരും പുകിലുമതൊന്നുമേ
നിങ്ങളമ്മാനുഷേരെ കേൾപ്പിക്കല്ലേ

ചോറിന്റെ വറ്റും മീഞ്ചട്ടീടെ മൂട്ടിലെ
കാറിയ കൂട്ടാന്റെ ചാറുമെല്ലാം
വേലിപ്പുറത്തൂടെ പാറി വരുന്നത്
കണ്ടതാണന്നത്തെ കോലാഹലം

തെങ്ങിന്റെ തട മാന്തി നിങ്ങൾ കുഴിച്ചിട്ട
വേലിയും കയ്യാലക്കാലുമെല്ലാം
തള്ളി മറിച്ചിട്ട പെങ്ങടെ കെട്ടിയോനെ
അളിയനെന്നോർക്കാതെ തല്ലിയില്ലേ

മരുമോൾടെ മംഗലം കഴിയാതെ നിന്നത്
സങ്കടം കൊള്ളേണ്ട കാര്യമല്ലേ
കെട്ടാതെ മൂത്തും നരച്ചും മുരടിച്ചുമാ
പെണ്ണങ്ങു നില്ക്കാൻ ശപിച്ചിടാമോ

പെങ്ങടെ കെട്ടിയോനാണെന്നതോർക്കാതെ
തല്ലുന്നതും പിന്നെ തെറി വിളിയും
പള്ള നിറച്ചന്തിക്കള്ളങ്ങു മോന്തിയാൽ പിന്നെ
കണ്ടതും കേട്ടതും പ്രാന്തല്ലയോ

അക്കരെ നിന്നും മണവാളനെത്തുന്ന നേരത്ത്
കൂട്ടുവാൻ നമ്മളും പോയിടേണ്ട
മാമനും മാമിയും കല്യാണപ്പന്തലിൽ
ഒന്നെന്നു മാറാതെ നിന്നിടേണ്ടേ

കല്യാണ പെണ്ണിന്റെ ചേലയുടുപ്പിക്കാൻ
അമ്മായി പോകാതെ തരമില്ലല്ലോ
കാതിലും കൈയിലും ഞാത്തുവാനില്ലാതെ
അയ്യാടെ പടി കേറുവാനാവതില്ല

നമ്മടെ പോരും പുകിലുമൊന്നും
നിങ്ങളമ്മാനുഷേരെ കേൾപ്പിക്കല്ലേ
അയലോക്കമാണേലും തെറ്റിലാണെങ്കിലും
അങ്ങേര് പെങ്ങടെ കണവനല്ലേ

അക്കരെ നിന്നും മാരനെത്തുന്ന നേരത്തു
നമ്മക്ക് വല്ലതും തന്നുവെന്നാൽ
വേണ്ടെന്നു വെക്കാനും കെറുവിച്ചു ചൊല്ലാനും
നിങ്ങളാ പടി കേറി പോയേക്കല്ലേ

നമ്മടെ പോരും പുകിലുമൊന്നും
നിങ്ങളമ്മാനുഷേരെ കേൾപ്പിക്കല്ലേ
അയലോക്കമാണേലും തെറ്റിലാണെങ്കിലും
അങ്ങേര് നിങ്ങടെ പൊന്നളിയനല്ലേ....

അപൂർണ്ണം

എനിക്ക് പ്രണയം നിന്റെ വരികളോടാണ്
ഒരുനാൾ നീ ഇറങ്ങിപ്പോയാലും
നിന്റെ വരികൾ കൂട്ടുണ്ടാകുമല്ലോ

നിനക്ക് പ്രണയം എന്റെ ശബ്ദത്തോടാണ്
ഒരുനാൾ ഞാൻ ഇറങ്ങിപ്പോവുമ്പോൾ
അലകളായ് നീ നിറഞ്ഞു പടരുമല്ലോ

നമുക്ക് പ്രണയം
ഇല്ലാത്ത എന്തിനോടോ ആണ്
ഒരിക്കലും തീരാത്ത തിരച്ചിൽ
ഇനിയുമെന്നും തുടരാമല്ലോ!

മഴയ്ക്കും വെയിലിനും ഇടയിൽ എന്ത്?

കണ്ണ് നനച്ചും മൂക്ക് ചീറ്റിയും
പടിപ്പുരയ്ക്കപ്പുറം മഴ കാത്തുനിന്നു
മുറ്റത്തും വേലിയിറമ്പിലും വെയിലപ്പോൾ
വേലയെടുക്കുകയായിരുന്നു
"ഇനിയെത്ര നാൾ കാത്തിരുന്നാലാണ്
നീയെന്നെയൊന്നു കൂടെ കൂട്ടുക?"
വിതുമ്പിക്കരഞ്ഞ മഴയ്ക്ക് തൊണ്ട ഇടറി
ഞാൻ വരുമ്പോൾ നീ പോകുന്നതെന്തിന്?

പകലും രാത്രിയുംപോലെ,
കടലും കരയുംപോലെ
നമ്മൾ ഇവിടെ വേണം!
നേർത്ത ചിരിയുമായി പതുക്കെ പടി കയറുമ്പോൾ
വെയിലിന്റെ കണ്ണിൽ ഒരു നീർക്കണം മുറ്റി നിന്നിരുന്നു
നീയുള്ളപ്പോൾ ഞാൻ ഇല്ല
ഞാൻ ഉള്ളപ്പോൾ നീയും
നമ്മളെ സ്നേഹിക്കുന്നവർ ഒരിക്കലും അറിയരുത്
നമ്മുടെ ഈ കണ്ടുമുട്ടൽ.

അടച്ചിട്ട മുറിക്കുള്ളിൽ ഞാൻ നിനക്കായി കാതോർക്കും
നിന്റെ തേങ്ങലും കിലുകിലാരവവും
എന്റെ ഉള്ളിലും മഴ പടർത്തും
പിന്നെയൊരു നാൾ നിന്റെ സ്നേഹ മഴയിൽ

70 പെയ്തൊഴിയുമ്പോൾ

പി ശ്രീകല

ആകെ കുതിർന്ന് ഞാൻ എന്നേക്കുമായി അരങ്ങു വിടും
അന്ന് നിന്റെ കണ്ണീരിൽ എന്റെ വെയിൽ പൂക്കൾ
എങ്ങും എവിടെയും ഒഴുകി നടക്കും

കരഞ്ഞു കരഞ്ഞു പാതി ചത്ത മഴ
മാവിൻ ചോട്ടിൽ തളർന്നിരുന്നു
കഥയറിയാതെ പടി കടന്നു വന്ന കാറ്റ്
മഴയെ നെഞ്ചോടു ചേർത്തു പടിയിറങ്ങി

പടി കടക്കുമ്പോൾ തിരിഞ്ഞു നോക്കിയ മഴ കണ്ടത്
തീ തിളയ്ക്കുന്ന വെയിലിന്റെ കണ്ണുകളായിരുന്നു
കാറ്റിന്റെ കൈയിൽനിന്നും കുതറി
മഴ വീണ്ടും തിരിഞ്ഞോടി
വെയിലിന്റെ മുൻപിൽ കിതച്ചു നിന്ന മഴ
പൊള്ളുന്ന ആ വിരൽ തുമ്പിൽ ഒന്നു തൊട്ടു
പിന്നെ, മുഖം തുടച്ചു മുടിയൊതുക്കി
ഒന്നുമറിയാത്തതുപോലെ
കാറ്റിന്റെ കൈയിൽ തൂങ്ങി എന്നേക്കുമായി പടി കടന്നു

തിരിഞ്ഞു നോക്കാതെ മഴ കടന്നുപോയപ്പോൾ
നെഞ്ച് നീറി വെയിൽ
വരണ്ട കുളക്കടവിൽ തളർന്നിരുന്നു
മഴയുടെ വിരൽത്തുമ്പിന്റെ തണുപ്പും തേങ്ങലിന്റെ ഈണവും
ഉള്ളു പൊള്ളിച്ച്
ഒരിക്കലും തിരികെ വരാത്ത മഴയ്ക്കായി
വേഴാമ്പലിനെ പോലെ കാത്തിരുന്നു.
മഴ ബാക്കി വെച്ച് പോയ കണ്ണാടിയിൽ നോക്കി
കരയാത്ത കണ്ണുമായി മുഖം കുനിച്ചിരുന്നു...

വാതിൽ അടയ്ക്കാത്ത വീട്

ഒരിക്കൽ ഒരു വഴിപോക്കൻ
തളർന്ന പാദങ്ങളും കിതയ്ക്കുന്ന ചുമലുമായ്
മുൻവാതിൽ തള്ളിത്തുറന്ന് അകത്തു കയറി.

കുഞ്ഞു കൊഞ്ചലും വള കിലുക്കവും
പൊട്ടിച്ചിരികളും സ്വപ്നം കണ്ട വീട്
വഴിയാത്രക്കാരനെ ഹൃദയപൂർവ്വം സ്വീകരിച്ചു.

അടച്ച പിൻ വാതിലിനരികെ
തസ്കരനെ കാത്തിരുന്ന ഗൃഹനാഥൻ
ആ വരവ് പ്രതീക്ഷിച്ചില്ല, അറിഞ്ഞതുമില്ല.

തളർച്ചയകന്നപ്പോൾ, വീണ്ടും കരുത്താർജ്ജിച്ചപ്പോൾ
പാഥേയം പൊതിഞ്ഞ ഇലച്ചീന്തു ദൂരെയെറിഞ്ഞ്
പാദുകങ്ങൾ വീണ്ടും അണിഞ്ഞ്
വഴിയാത്രക്കാരൻ യാത്രയായി.

അടച്ച പിൻ വാതിലിനരികെ
തസ്കരനെ കാത്തിരുന്ന ഗൃഹനാഥൻ
മുൻ വാതിൽ തുറക്കപ്പെട്ടത് അറിഞ്ഞതേയില്ല

സ്വപ്നങ്ങൾ ബാക്കിയാക്കി
ആഗതൻ പടിയിറങ്ങിയപ്പോൾ
അയാൾ തുറന്നിട്ട വാതിൽ തുറന്നു തന്നെ കിടന്നു...

നിഘണ്ടു

ഇരുൾ കനത്ത നാൾ പകുത്തയത്താഴം
കൊതിച്ച ശ്വാനനെ തുരത്തുവാനോങ്ങേ
കനത്ത മൗനം കുടിച്ചു തീർത്തന്ന്
മനുഷ്യത്വം മെല്ലെ നടയിറങ്ങി പോയ്

അയൽപക്കം നീണ്ട ഹൃദയ താളമായ്
കുഞ്ഞനിയത്തിയെ തൂക്കി തൊട്ടിലാട്ടുമ്പോൾ
മുള ചീന്തും പോൽ കരള് കീറി കാറി
കുതിച്ച കണ്ണുനീർ പയ്യെ പടിയിറങ്ങി പോയ്

പണിസ്ഥലത്തന്നു പകച്ചു നില്ക്കവേ
നെഞ്ചു വിരിച്ച വേശതൻ പ്രസംഗമാണെന്ന്
മുറുമുറുത്ത സഹജനെ കേൾക്കെ
അഭിമാനമന്നു മതിൽ ചാടി പോയ്

നിലാവിനാലിന്നരിക് പാകിയ
കറുത്ത മുറ്റത്തിൻ പട നിലങ്ങളിൽ
ഒളിച്ചു പാത്ത വിഷം തീണ്ടി രാവിൽ
ഭയമെന്നിൽ നിന്നുമിഴഞ്ഞിറങ്ങി പോയ്

വരുമൊരുനാളെന്നു ചിറകടിച്ച
നനുത്ത സ്വപ്നത്തിൻ കനലുരുക്കത്തിൽ
തുടുത്ത പ്രഭാതം കനവ് കണ്ട നാൾ
ഊർദ്ധ്വൻ പോലുമൂർന്നിറങ്ങി പോയ്

ഏകാങ്കം

ഒരു നാൾ പുസ്തകത്തിൽ വെച്ച
മയിൽപ്പീലി പോലെ
ആകാശം കാണിക്കാതെ
എന്നെ ഞാൻ ഒളിച്ചുവെക്കും

മഷിയിട്ട് തിരയാൻ കണിയാൻ വന്നാലും
വെറ്റിലയിൽ നൂറു തേച്ചാലും
ഭൂതക്കണ്ണാടി തേച്ചു മിനുക്കിയാലും
എന്നെ കണ്ടെത്താനാവില്ല

പിന്നെ ഞാനൊരു മഞ്ഞുകണികയായി
ഒട്ടും ധൃതി വെക്കാതെ
ആരോടും യാത്ര പറയാതെ
മണൽത്തരികൾക്ക് പിന്നിലേക്ക് ഒഴുകി നീങ്ങും

തൊട്ടിലിൽ ഉറങ്ങുന്ന കുഞ്ഞപ്പോൾ
അമ്മിഞ്ഞപ്പാൽ കിനാവ് കണ്ട്
പ്രതീക്ഷയുടെ നീലക്കുട നിവർത്തിപ്പിടിച്ച്
കൂട്ടരോടൊത്തു കളിച്ചാർക്കുകയാവും

വൈകാതെ, തണലെന്ന സങ്കല്പം ബാക്കിയാക്കി
കുട പടിയിറങ്ങി കടലിറങ്ങി
മറ്റേതോ കരയിലേക്ക് പുറവാസത്തിനായി
പുറപ്പെട്ടു പോകും...

74 പെയ്തൊഴിയുമ്പോൾ

പി ശ്രീകല

എവിടെയും എത്തില്ലെന്നറിഞ്ഞിട്ടും
തിരികെപ്പോകാനാവാതെ ചില തിരകൾ
അപ്പോൾ കരയിൽ വന്നു തല തല്ലി
കരയുന്നുണ്ടാവും

ഒരു മണൽത്തരിയിലോ അരിമണിയിലോ
എന്റെ പേര് കൊത്താതെ
തിരികെ വിളിക്കുന്നതിൽ പ്രതിഷേധിച്ച്
ഞാനപ്പോൾ ദൈവത്തോട് കലഹിക്കുകയാവും.

ശിക്ഷ

കഴുത്തോളം മുങ്ങിയ പ്രാരാബ്ദങ്ങളിൽ
ഒരിറ്റ് ശ്വാസത്തിനു മുഖം പൊന്തിച്ച്
നെഞ്ചോളം നിറഞ്ഞ മണലിൽ ശ്വാസം ആഞ്ഞുവലിച്ച്
മുഴുവൻ മുങ്ങാതെ
പിടിച്ചു നില്ക്കുമ്പോളായിരുന്നു അത്

പ്രണയത്തിന്റെ മധുരമല്ല
സൗഹൃദത്തിന്റെ തെന്നൽ
കൈ പിടിച്ചു കൂടെ നടന്ന
കരുത്തിന്റെ ഒരു തോള് ...
അങ്ങനെയായിരുന്നു തുടക്കം

വഴി തെറ്റി വന്ന ഒരു കത്ത്
സ്ഥലം മാറി വന്ന ഒരയൽക്കാരൻ
നേരം തെറ്റിയ ഒരു ഫോൺ വിളി
ബസിന്റെ ജനാലയ്ക്കൽ നിന്ന് പാറി വീണ
അലിവാർന്ന രണ്ടു കണ്ണുകൾ...
അവയായിരുന്നു വഴി തെറ്റിച്ചത്

മണൽ കയത്തിൽ കുതറി കുതറി
വലതു കൈയിനെ സ്വതന്ത്രമാക്കി
മോതിര വിരലിനും ചെറുവിരലിനും
വെവ്വേറെ ഭാരങ്ങൾ ഏല്പിച്ച്

76

പെയ്തൊഴിയുമ്പോൾ

പി ശ്രീകല

ചൂണ്ടു വിരൽ തള്ള വിരലിനെ ചേർത്ത് പിടിച്ചു
അങ്ങനെയായിരുന്നു തുടക്കം

ജീവിതത്തിന്റെ എരിവും പുളിയുമില്ല
മധുരമില്ല മസാലയില്ല
കൈ പിടിച്ചു കൂടെ നടന്ന
സൗഹാർദ്ദത്തിന്റെ രണ്ടു ജോടി ചെരുപ്പുകൾ ...
ആദ്യം വരച്ചത് അതായിരുന്നു

വരകളുടെ എണ്ണം കൂടി
മൂളിപ്പാട്ടിന്റെ ഈണം മേമ്പൊടിയായി
കാറ്റും വെളിച്ചവും തട്ടി മുഖം തുടുത്തു
ശുഷ്കിച്ച വിരലുകളിൽ
രക്തയോട്ടം തുടങ്ങി

അപ്പോഴാണ്
അവർ ശ്രദ്ധിച്ചു തുടങ്ങിയത്
ഉമ്മറ വാതിലിലെ വെയിൽ നാളങ്ങൾ
സന്ധ്യകളിലെ ഈണം
തട്ടി വീണ നിറച്ചാർത്തുകൾ
പാറി നടക്കുന്ന ക്യാൻവാസ് കഷണങ്ങൾ

അതെങ്ങനെ?!
ജീവിതം നേരായ വഴിയിൽ ജീവിക്കണം
അതിനല്ലേ രാവും പകലുമില്ലാതെ കാവൽ നില്ക്കുന്നത്
കണ്ണാടി മാളിക പണിഞ്ഞ്
അമ്മയെന്നും ദേവിയെന്നും ആരാധിച്ചു
വിളക്ക് വെക്കുന്നത്!

പെരും നുണകളുടെ
കുത്തൊഴുക്കിൽ
കനിവിന്റെ കണ്ണുകൾ കാണാതെയായി
കൂടെയുണ്ടെന്ന് മൂളിയ പാട്ടുകൾ
പാട്ടുപെട്ടിയിൽ തിരികെ കയറി
നിറങ്ങളിൽ ആരോ കരി വാരിയൊഴിച്ചു

അന്നു മുതൽ
വരകളെല്ലാം ചതുരത്തിനുള്ളിലായി
നിറങ്ങളുടെ ഉപയോഗം മിതത്തിൽ ആയി

കറുപ്പും വെളുപ്പും പാകത്തിന് ചേർന്ന്
ചിത്രങ്ങൾ സ്വയം കുലീനകളായി

കോടതിക്ക് തെളിവ് മതി
തുടുത്ത കവിൾ
കണ്ണിലെ പ്രകാശം
വാക്കിന്റെ നട്ടെല്ല്
വരകളിലെ മൂർച്ച
വിധിയെഴുതാൻ ധാരാളം മതി!

വഴിതെറ്റിവന്ന അയല്ക്കാരൻ
കനിവാർന്ന കണ്ണുകളുടെ ഉടമ
കരുത്തിന്റെ തോൾ
ചെരുപ്പുകൾ ഊരി വെച്ച്
അടുത്ത ദേവിയെ വരച്ച്
അമ്മയെന്ന് മാളിക പണിത്
പ്രദക്ഷിണം വെച്ചു!

കല്ലേറിയപ്പെട്ട ഹൃദയത്തിൽ നിന്നൊരു കാവ്യം

ആയിരം നാവുള്ളപവാദത്തിന്റെ ചൂളയിൽ
നൂറായിരം ജന്മം തപിച്ചു ഞാൻ നില്ക്കവേ
മായുന്നു കണ്ണിലെ നല്ല ചിത്രങ്ങളിന്നാറുന്ന
സൂര്യന്റെ സ്വവർണ്ണ ശോഭ പോൽ..

ചെന്നിറമില്ലാ നഭസ്സിനു,
മുന്നിലെ തെച്ചിക്കുടന്നയ്ക്ക്,
സന്ധ്യക്ക് പൂവിട്ട മുല്ലയ്ക്കുമിന്നെന്തോ
സങ്കടം ചൊല്ലാൻ തപിക്കുന്ന പോലവൾ..

ആരവമില്ല കാത്താരുമേ നില്പില്ല
ആഘോഷ പൂർണ്ണം വരവേല്ക്കുവാൻ വഴിവക്കിൽ
ഇന്നലെ താണ്ടിയ പാതകളിന്നിതാ
ഇന്നാരുമല്ലാത്തപോൽ മിഴി താഴ്ത്തി നില്ക്കുന്നു...

ഭൂതകാലത്തിൽ കൂടെ നടന്നവർ
ഭ്രാതാവ് വേഷം താനേയണിഞ്ഞവർ
പൊട്ടിച്ചിരികൾക്കും അട്ടഹാസങ്ങൾക്കും
ഒട്ടുമേ മടിയാതെറിഞ്ഞു കൊടുത്തവർ...

കത്തി തറച്ച മനസ്സിന്റെ വിങ്ങലിൽ
കുത്തിത്തുരന്നു മുറിവേല്പിച്ച മാനുഷർ
കനലിട്ട കണ്ണുനീർ കാണാതെ പോയവർ

കത്തുന്ന നോവും കനിവുമറിയാത്തവർ

പാതാള യാത്രയിൽ കൂട്ടാരുമില്ലാതെ
പാപിയായ് നിസ്വനായ് ഞാൻ നില്ക്കവേ
ഇന്നലെ കണ്ട കിനാവിൻ നിഴലുകൾ
ഇന്നന്തി തേടി പടിഞ്ഞാറു നീങ്ങവേ...

എന്നിലെ സത്യവും ശരികളും തേടി നീ
എന്നിലേക്കാരവമായ് വന്നടുത്തീടുക
അഗ്നിശുദ്ധിക്കിന്നു നിന്മുന്നിൽ എത്തുന്നൊ-
രെന്നെയും സരയുവായ് കൈനീട്ടി വാങ്ങുക...

പാപിയായ പ്രണയിതാവിന്റെ ആത്മഹത്യാക്കുറിപ്പ്

വിരഹത്തിൻ പൂക്കൾ വിരിയുന്ന വഴിത്താരിൽ
അമ്പരന്നാർത്തനായ് വേദികേ... ഞാൻ നില്ക്കെ
എന്തിനെന്നോട് ചോദിപ്പൂ നീ സഖീ
എന്താണ് പ്രണയമെന്ന്?...

പുലരിയിൽ വിടരുന്ന പൂവ് പോൽ വിരിഞ്ഞും
പുതു മഴയിൽ നനഞ്ഞു കുളിർന്നും
പുതു മണ്ണിൻ ഗന്ധമിയന്നും
കരളിന്റെ കനൽ തേടി... കനവിൽ കൂടു കൂട്ടി
താരകേ നീ വന്ന നാളാണെൻ ജന്മദിനം ...

കൺമുന്നിൽ വിരിയുന്ന പൂവിന്റെ കവിൾ താരിൽ
ചുണ്ടു ചേർക്കാൻ കൊതിക്കുന്ന സമയത്തും
അന്യന്റെ നോട്ടങ്ങളെ പേടിച്ചും വെറുത്തും നാം
നമ്മളല്ലാതായി നടിച്ച കാലമല്ലോ പ്രണയം

നീരവ നീലാകാശ മണ്ഡലത്തിൽ പോലും
പാരിന്റെ പുഷ്പവൃഷ്ടി വീക്ഷിക്കുന്നെങ്കിൽ പ്രിയേ
സംശയിക്കേണ്ട നിന്റെ ഹൃത്തിലെ തിളക്കത്തിൽ
ഇന്നും ജ്വലിച്ചു നില്പുണ്ടീ അലൗകിക പ്രഭാപൂരം

കരളിനെ ഉന്മാദത്തിൽ ഉരുക്കി...
അതിലെന്റെ ജീവന്റെ വില ചാർത്തി..

(ഞാൻ) നീട്ടിയ പ്രണയത്തെ തട്ടി നീ തെറിപ്പിക്കെ...
ചെങ്കനൽ ചൂളയ്ക്കുള്ളിൽ നീറ്റിയ ചുണ്ണാമ്പ് പോൽ
അന്ന് കത്തി തീർന്നതെൻ മനം.. (തനുവും താൻ..)

ഇനിയും സംശയിക്കുന്നുവെന്നോ സഖീ?!
നിന്നിലെ ചൈതന്യം ജ്വാലയായ് ആളുന്നതും
എന്നിലെ സ്വത്വവും, അഹന്തയും ആണത്തവും
നിന്ന നില്പിൽ കുലം കുത്തി മാഞ്ഞുപോകുന്നതും?

കാലമേ നീ സാക്ഷി!
അവിരാമം വളരുന്നൊരെൻ പാപബോധത്തിന്റെ
ചൂളയിൽ ഉരുകി ഞാൻ ഒഴുകട്ടെ! ഒടുങ്ങട്ടെ
ഇല്ലെങ്കിലോ? പ്രേമ ചൈതന്യ ജ്വാലയായ്,
ശലഭമായ്, വീണ്ടും പുനർജ്ജനിക്കട്ടെ!

കാത്ത് വെക്കുക നിന്റെ പ്രണയ പാനീയവും
ജീവിത ചഷകവും ലഹരിയും
ഭൂമി തൻ കോണിലോരോ പുൽക്കൊടിയും ഹിമകണവും
അതിൽ തെളിയുന്നോരാ സൂര്യശോഭയും...

അതിലെല്ലാം തെളിയുന്നത് എന്റെ ജീവനാണെന്ന്
നീ തിരിച്ചറിയുന്ന നാൾ ഞാൻ പുനർജ്ജനിച്ചേക്കാം...
അന്ന് ഞാൻ ചൊല്ലിത്തരാം നിന്റെ പിൻകഴുത്തിൽ
തങ്ങുന്ന വിയർപ്പുകണം തൊട്ടടുത്തൊരു കാവ്യം....
അന്ന് ഞാൻ ചൊല്ലിത്തരാം നിന്റെ പിൻകഴുത്തിൽ
തങ്ങുന്ന വിയർപ്പുകണം തൊട്ടടുത്തൊരു കാവ്യം....

സാഹോദര്യം

സഹോദരാ...
നീയും ഞാനും
പിറന്നത്, ഒരേ നാട്ടിൽ... ഒരേ ദിവസം .
കൃത്യമായി പറഞ്ഞാൽ
എന്റെ ജനനത്തിനു
രണ്ടു നിമിഷങ്ങൾക്കിപ്പുറം
ആയിരുന്നു നിന്റെ വരവ്...

ശീതക്കാറ്റ് വീശിയടിക്കുന്ന വടക്കേ അറ്റത്ത്
സമോവറിലെ ചായക്ക് ചൂട് പോരാതെ
പാറി വീണ മാവില കണക്ക് വിറച്ച്
ചുരുട്ട് വലിച്ചു കയറ്റുന്ന നിന്റെ അച്ഛനും
ചുരുട്ടിയ കുഞ്ഞികൈ സ്റ്റാറ്റസ് ആക്കി
തണുപ്പിച്ച ആശുപത്രി മുറിയിൽ
മധുരം പങ്കിട്ട എന്റെ അച്ഛനും
കണ്ടത് ഒരേ കിനാവായിരിക്കില്ലേ?

ചന്ദനനിറമാർന്ന അമ്മയുടെ ചൂടൊട്ടി
കണ്ണിൽ വർണ്ണങ്ങൾ വാരി നിറച്ച്
പുതിയ പുലരി കാത്ത് ഞാനുറങ്ങുമ്പോൾ
നീ കരഞ്ഞു കരുവാളിച്ച കറുത്ത ചുണ്ടുമായി
തണുത്ത് വിറങ്ങലിച്ചു മരണം പേടിച്ചു
കീറപ്പായയിൽ അമ്മയെ തിരഞ്ഞിട്ടുണ്ടാവാം..

അനിയാ...
ആപ്പിൾ പഴങ്ങൾ പോലെ സുന്ദരികളായ
പെൺകുട്ടികളുടെ നടുവിൽ
കബീറിന്റെ കവിതകൾ കേട്ട് വളർന്ന നീ
എന്നാണ് സ്വമാതാവിനെ
കുരുതി കൊടുത്ത ഒറ്റുകാരൻ ആയത്?

എന്ന് മുതലാണ്
ഒരു രാഖിക്ക് പോലും പൊട്ടിക്കാവുന്നത്രയും
പൊള്ളയായി നമ്മുടെ സാഹോദര്യം
ഇഴയകന്നു പോയത്?
എങ്ങനെയാണു നീ പുരുഷനും
ഞാൻ കുലസ്ത്രീയും ആയത്?
എപ്പോഴാണ്
നീ മുഹമ്മദും ഞാൻ ദേവിയുമായത്?

കടപ്പാട്

വളമിട്ടില്ലെങ്കിലും
പോറ്റി വളർത്തിയില്ലെങ്കിലും
മുറ്റത്തിന്റെ ഒരു മൂലയിൽ
പാഴ്മരമായി അവളുണ്ടായിരുന്നു

ആർക്കും വേണ്ടാതെ
ആരാലും ശ്രദ്ധിക്കപ്പെടാതെ
മറഞ്ഞുനില്ക്കുന്നിതിനിടയിൽ
ഒരു നാൾ അവൻ വന്നവളോട് കൂട്ട് കൂടി
കൂടു വെക്കാൻ സ്ഥലം കൊടുത്ത
കൂട്ടുകാരിയുടെ നെഞ്ച് തുളച്ചവനകത്തു കേറി

ചങ്കു തുളച്ച് , ഹൃദയം തുരന്നവൻ പാർപ്പു തുടങ്ങിയിട്ടും
അവൾ വീണ്ടും സ്നേഹത്തിന്റെ കുട നിവർത്തി

ഉള്ളിലെ തീ നീറി നീറി
ചേല് കെട്ട്,
ഉള്ളുണങ്ങിയ പാഴ്മരമായി
ഒരുനാൾ നിലം പൊത്തും വരെ!

അപ്പോഴാണ്,
ലോകം അവളെ ശ്രദ്ധിച്ചു തുടങ്ങിയത്
യൗവനം വറ്റിയെങ്കിലും

കാഴ്ചയ്ക്ക് ശോഭയില്ലെങ്കിലും
എന്തൊരു സുഗന്ധമെന്ന് അതിശയപ്പെട്ടത്
അന്നാണവർ അവൾക്ക് വിലയിട്ടത്!
അങ്ങനെയാണവൾ വീണ്ടും അവനു കടപ്പെട്ടത്.

** *അകിലേറിയ എന്ന മരം ഏതാണ്ട് നാല്പത് വർഷം മൂപ്പെത്തിയാൽ പുറം തോടിൽനിന്നു ഒരു ദ്രാവകം പുറംതള്ളും. ഇതിനെത്തേടി 'സൈനോ പ്ലാറ്റിപ്പസ്' എന്ന വണ്ടുകൾ മരം തുളച്ചു കൂട് കൂട്ടുന്നു. നാളുകൾ കഴിയും തോറും ഈ വണ്ടുകൾ പുറം തള്ളുന്ന ഒരുതരം എൻസൈമുകൾ മരത്തിന്റെ കാതലിനെ ഉണക്കുന്നു. കാലക്രമേണ മരം ഉണങ്ങി അതിന്റെ കാതൽ ഭാഗം ചിതൽപ്പുറ്റുകൾപോലെ കറുത്തിരുണ്ട മരക്കഷണങ്ങളായി മാറുന്നു. അതാണ് നമുക്ക് മാർക്കറ്റിൽ വാങ്ങാൻ കിട്ടുന്ന ഊദ്.'*

വിത്തായി മനസ്സിൽ പതിക്കുന്ന കവിതകൾ

പ്രൊഫ. ഗോവിന്ദൻകുട്ടി കർത്താ

പ്രിയപ്പെട്ട കല,

വൈകി ആണെങ്കിലും കവിതകൾ വായിച്ചു. ഇഷ്ടപ്പെടുകയും ചെയ്തു. നിന്നിൽ ഈ കവിതകൾ ഇത്രകാലം എങ്ങനെ മയങ്ങി കിടന്നു എന്നു ഞാൻ അത്ഭുതപ്പെടുകയാണ്. നിനക്കുമാത്രം എത്താവുന്ന കവിതകളുണ്ട് അവയിൽ...

പൂ വിരിയുന്നതു പോലെയുള്ള ജൈവ പ്രക്രിയയിലൂടെ അല്ലെങ്കിൽ ഒരു കവിത പിറക്കാതിരിക്കുന്നതാണ് നല്ലത്. മൊട്ടിൽനിന്ന് ഓരോ ഇതളും വിരിഞ്ഞ് സ്വന്തമായ വടിവും വർണ്ണവും ആർജ്ജിച്ച് അനുവാചകന്റെ മനസ്സിൽ വിരിഞ്ഞു നില്ക്കുമ്പോഴാണ് കവിതയുടെ ആസ്വാദനം പൂർണ്ണമാവുക. പേരിൽനിന്ന് ആദ്യ വരിയിലേക്കും വരികൾ ഒന്നൊന്നായി കടന്ന് വരിക്കൂട്ടങ്ങളിലേക്കും അവയിലൂടെ എല്ലാം കടന്ന് അവസാന വരിയിലേക്കും (പടിയാറും കടന്ന് അവിടെ ചെല്ലുമ്പോൾ) എത്തുമ്പോഴേക്കും കവിത നക്ഷത്രത്തിളക്കം ആർജ്ജിച്ചിരിക്കും. അതു കണ്ടു മടങ്ങുമ്പോൾ ആസ്വാദനം പൂർണ്ണമായി. Poem begins in delight and ends in wisdom' എന്ന് Robert Frost പറഞ്ഞിരുന്നത് അപ്പോഴാണ് ഓർത്തുപോകുന്നത്.

നിന്റെ ഓരോ കവിതയും ഓരോ ക്ഷണക്കത്താണ്. 'എന്റെ കൂടെ വരു ഞാനൊരു കാര്യം കാണിക്കാം' എന്ന് വിളിച്ചു പറയുന്നവ. വരികൾക്കിടയിലൂടെ കവിയോടൊപ്പം ശ്രദ്ധിച്ചു ചുവടു വച്ച് നിമ്നോന്നതങ്ങൾ താണ്ടി എത്തുന്നത് നീല വിണ്ണിന്റെ കുട ചൂടി നില്ക്കുന്ന തുറന്ന ഒരു താഴ്വരയിലാണ്. അവിടെ ഒരു നിമിഷം ആ മൗനം മുറ്റുന്ന അപാരതയുമായി മുഖാമുഖം നില്ക്കുമ്പോൾ ഉള്ളിലൊതുങ്ങാത്ത

എന്തോ ഒന്നുമായുള്ള മൽപ്പിടിത്തത്തിൽ മനസ്സ് എന്തൊക്കെയോ തേടിക്കൊണ്ടിരിക്കുന്നു, ദൃഷ്ടിയും ദൃശ്യവുമായുള്ള പാരസ്പര്യത്തിൽനിന്ന് മനസ്സ് ദർശനത്തിലേക്കുണരുന്നു. താനും പരിസരവും തമ്മിൽ, താനും ജീവിതവും തമ്മിൽ, താനും കാലവും തമ്മിൽ, താനും താനും തമ്മിൽ സമവാക്യങ്ങൾ തേടുന്ന പരമമായ മുഹൂർത്തമാണത്.

ഈ കവിതകളിലെ ഒട്ടു മുക്കാലും പ്രമേയങ്ങൾ തിരനോക്കുന്ന രചനയാണ് 'നിഗൂഢം.' കവിയുടെ കൂടെ സ്ത്രീ ജീവിതത്തിലെ ഒറ്റയടിപ്പാതകളിലൂടെ മുൻപും പിൻപുമായി നടന്നാൽ നാം എത്തിപ്പെടുന്നത്' ഇവൾക്ക് ആരാണു തുണയാവുക?' എന്ന ചോദ്യത്തിന്റെ മുമ്പിലാണ്. സ്ത്രീകൾ വിവിധ തലങ്ങളിൽ അനുഭവിക്കുന്ന പരാധീനതകളും പ്രാരാബ്ദങ്ങളും ഒന്നൊന്നായി ചുരുളഴിയുന്നു. ഉള്ളും ഉടലും ഉയിരും നേരിടുന്ന വെല്ലുവിളികൾ – അമ്മയായി, മകളായി, പെങ്ങളായി, പ്രണയിനിയായി – ഒരു തുണയോ തണലോ തേടി പരതുന്ന രണ്ടു കണ്ണുകളാണ് സ്ത്രീ. വഴി വിളക്കുകൾ തെളിയുന്ന വീഥികളിലൂടെയുള്ള സ്വച്ഛ സഞ്ചാരമല്ല, മറിച്ച് അവൾ എത്തേണ്ട സങ്കേതങ്ങളിലേക്കുള്ള, അവൾക്കൊറ്റയ്ക്ക് താണ്ടേണ്ടി വരുന്ന ഒറ്റയടിപ്പാതകളാണ് അവളുടെ ജീവിതം ഒരു യജ്ഞമാക്കുന്നത്. ഒരു പിക്ചർ പസിലിൽ എന്ന പോലെ വിവിധ തുണ്ടുകൾ ചേർത്താണ് ഈ സ്ത്രീലോകം സൃഷ്ടിക്കുന്നത്. ഓരോന്നും മിഴിവുള്ള നഖചിത്രങ്ങൾ. ഓരോ സ്ത്രീയുടെയും ജീവിതം ഓരോ സീതായനമാണ്.

'ക്ഷണികം', 'പാർവ്വതീ പുത്തനാർ', 'ആത്മഹത്യാമുനമ്പിലെ പ്രവാസ വെള്ളിയാഴ്ച', 'കുഞ്ഞുടുപ്പ്', 'മരണമാപിനി' തുടങ്ങിയ കവിതകൾ മരണത്തിന്റെ രൂപാന്തരങ്ങളുടെ നേർക്കാഴ്ചകളാണ്. കുരുന്നുകളുടെ കൂട്ടായ പകൽമഴയിൽ തുടങ്ങി കുടക്കീഴിൽ കൈകൊരുത്ത് നടക്കുന്ന കമിതാക്കളുടെ കവിതയാം ചാറ്റൽ മഴയും നനഞ്ഞ് പ്രണയം പെയ്യുന്ന രാത്രിമഴയിലൂടെ കഥകൾക്ക് കൂട്ടായ തുലാമഴയുംകൊണ്ട് നാം എത്തുന്നത് മണ്ണടരുകൾ കണ്ണുപൊത്തുന്ന പാതിരാമഴയിലെ സംഹാര താണ്ഡവങ്ങൾ ചവിട്ടിമെതിക്കുന്ന ദുരന്ത ദൃശ്യങ്ങളിലേക്കാണ്. അമ്മതൻ പുടവത്തുമ്പു പിടിച്ച് പൂമുഖവാതിലിൽ പുഞ്ചിരി വിതറി നിന്ന പൈതങ്ങളെ ഒരു ബസ് അപകടമെന്ന ദുരന്തം കവർന്നെടുത്ത നീറുന്ന ഒരു സന്ധ്യയിൽ 'വരികെന്റെ ഓമലേ, കരളിലെ പതയുന്ന പാലിന്റെ പുഞ്ചിരിച്ചൂരുമായ് വരിക നീ , ഇന്നേക്ക് കൂട്ടിരുന്നീടുക...'

എന്നു കേഴുന്ന അമ്മയുടെ ദുഃഖമാണ് 'പാർവ്വതി പുത്തനാറി'ൽ അലയടിക്കുന്നത്. ആത്മഹത്യയ്ക്കും കൊലയ്ക്കുമിടയിൽ ഒരു വൃക്ഷക്കൊമ്പിൽ തൂങ്ങിക്കിടന്ന എട്ടും, പത്തും പ്രായമുള്ള രണ്ടു പെൺ കുരുന്നുകളുടെ അവസാനം പുരുഷ സാമീപ്യം ദാഹിച്ച് മനംനൊന്ത് ജീവൻ ഒടുക്കിയതായ് വിധിക്കപ്പെട്ട് നീതിക്കും മനഃസാക്ഷിക്കും ഏറ്റ മുറിവിൽ നിന്നാണ് 'കുഞ്ഞുടുപ്പ്' ഉറവ എടുത്തത്...

മാതൃ സ്നേഹത്തിന്റെ ഇഴകൾ നിന്റെ കവിതകളിൽ പരക്കെ കാണാം. 'ഇനിയും പിറക്കാത്ത നിന്നോട്' മാതൃ സ്വപ്നങ്ങളിൽ ഏറ്റവും തിളക്കമാർന്ന കവിതയാണ്. വരികളിൽനിന്ന് വരികളിലേക്ക് കടക്കുമ്പോൾ ആ സ്വപ്നത്തിന് തിളക്കം ഏറി വരുന്നു. നക്ഷത്ര ദീപ്തിയായും, കടലായി ഇരമ്പുന്ന കവിതയായും കാട്ടാളക്കാറ്റിനെ ചെറുക്കുന്ന ചെമ്പകമായും കനിവിന്റെ പുതു മഴയായും ഒടുവിൽ കാപട്യത്തിന്റെ അന്തകൻ കൽക്കിയായും... അങ്ങനെ ആ മാതൃ സ്വപ്നത്തിന് നിറവും തിളക്കവും ഏറി വരുന്നു. ഒരു തുടർച്ചയെ സ്വപ്നം കണ്ടുകൊണ്ട് കവിത അവസാനിക്കുന്നു.

'നേരിന്റെ നെറികേട് തേടി ഞാൻ ഇവിടെ വേണം
എൻ പിൻഗാമിയായ് നീ എത്തുന്ന നാൾ വരെ'

ക്ഷണിക നേരംകൊണ്ട് ദുരന്തത്തിനിരയായ കുരുന്നുകളും (ക്ഷണികം), അമ്മ മരച്ചുവട്ടിൽ അമ്മിഞ്ഞപ്പാൽ നൊട്ടിയുറങ്ങുന്ന ഉണ്ണികളും (നിഗൂഢം), പാർവ്വതി പുത്തനാറിലെ നോമ്പുനോറ്റുണ്ടായ പൊൻകണിവെള്ളരികളും, വരിക്കപ്ലാവിന്റെ ചുവട്ടിൽ കുഞ്ഞി പൂച്ച കാതോർക്കുന്ന പാദസരക്കിലുക്കവും മാതൃ സ്നേഹത്തിന്റെ സ്ഫുരണങ്ങളാണ്.

സമൂഹത്തിന്റെ മുന്നിൽ എല്ലാം അതാതിന്റെ സ്ഥാനത്ത് തന്നെ ഉണ്ടെന്നു അഭിനയിക്കുന്ന പ്രണയങ്ങൾ ശക്തമായി വരച്ചുകാട്ടുന്നു *പെയ്തൊഴിയുമ്പോൾ*. വലിയ ദുരന്തങ്ങൾ വിതച്ചു പ്രളയം പെയ്തൊഴിയുമ്പോൾ ഒന്നും ബാക്കിയില്ലാതിരുന്ന വീടുകൾ പോലെ ശൂന്യമായ ഇടങ്ങളാണ് പല വീടുകളുടെ ഉൾത്തളങ്ങളും എന്ന് കവിത പറയുന്നു. ആരും വരാനില്ലാത്ത തറവാട് വീടുകളുടെ ദൈന്യത പ്രായമായ മുത്തശ്ശിയെപ്പോലെ കുഴമ്പ് തേച്ചു കിടപ്പിലായതായി 'ആൾ താമസമില്ലാതെ വീട്' വരച്ചു കാണിക്കുന്നു.

അങ്ങനെയങ്ങനെ.. വ്യത്യസ്തമായ പ്രമേയങ്ങളുമായി നീ പെയ്തൊഴിയുമ്പോൾ വിത്തായി മനസ്സിൽ പതിക്കുന്ന കവിതകൾ വായനയിലൂടെ വളർന്ന് മരമായി പൂർണ്ണത ആർജ്ജിക്കുന്ന അനുഭവത്തിലൂടെ കടന്നുപോവുകയാണ് ഞാൻ ഇപ്പോൾ...

അഭിമാനവും ആശിസ്സുകളും കടലോളം ...

ഏറെ സ്നേഹത്തോടെ,

www.ingramcontent.com/pod-product-compliance
Lightning Source LLC
LaVergne TN
LVHW060147051026
849517LV00007B/2576
* 9 7 8 9 3 9 4 7 5 3 4 6 4 *